கரித்தாள் தெரியவில்லையா தம்பீ...

கரித்தாள் தெரியவில்லையா தம்பீ...
பெருமாள்முருகன் (பி. 1966)

படைப்புத்துறைகளில் இயங்கி வருபவர். அகராதியியல், பதிப்பியல், மூலபாடவியல் ஆகிய கல்விப்புலத் துறைகளிலும் ஈடுபாடுள்ளவர்.

பெருமாள்முருகனின் பிற நூல்கள்
[காலச்சுவடு வெளியீடு]

நாவல்
- கழிமுகம்
- பூனாச்சி அல்லது ஒரு வெள்ளாட்டின் கதை
- மாதொரு பாகன்
- ஆலவாயன்
- அர்த்தநாரி
- கங்கணம்
- ஆளண்டாப் பட்சி
- ஏறுவெயில்
- நிழல் முற்றம்
- கூளமாதாரி

சிறுகதை
- மாயம்
- பெருமாள்முருகன் சிறுகதைகள் (1988 – 2015)

கவிதைகள்
- கோழையின் பாடல்கள்
- மயானத்தில் நிற்கும் மரம்

கட்டுரைகள்
- வான்குருவியின் கூடு (தனிப்பாடல் அனுபவங்கள்)
- தோன்றாத் துணை
- துயரமும் துயர நிமித்தமும்
- பதிப்புகள் மறுபதிப்புகள்
- நிழல்முற்றத்து நினைவுகள்
- நிலமும் நிழலும்

பதிப்புகள்
- சாதியும் நானும் (அனுபவக் கட்டுரைகள்)
- பறவைகளும் வேடந்தாங்கலும் – மா. கிருஷ்ணன்

தொகுத்தவை
- கூடுசாலை – சி.சு. செல்லப்பா (கிளாசிக் சிறுகதைகள்)
- தீட்டுத்துணி – சி.என். அண்ணாத்துரை (தேர்ந்தெடுத்த சிறுகதைகள்)
- கு.ப.ரா. சிறுகதைகள் (முழுத் தொகுப்பு)
- உ.வே.சா. பன்முக ஆளுமையின் பேருருவம் (கட்டுரைகள்)

பெருமாள்முருகன்

கரித்தாள் தெரியவில்லையா தம்பீ . . .

காலச்சுவடு பதிப்பகம்

● அன்பார்ந்த வாசகருக்கு,

வணக்கம்.

காலச்சுவடு நூலை வாங்கியமைக்கு நன்றி.

நூலின் உள்ளடக்கம், உருவாக்கம், அட்டைப்படம் இன்ன பிற அம்சங்கள் பற்றிய உங்கள் கருத்துகளையும் ஆலோசனைகளையும் காலச்சுவடு வரவேற்கிறது. தகவல், எழுத்து, வாக்கியப் பிழைகள் தென்பட்டால் கட்டாயம் தெரிவித்து உதவுங்கள். நூல் தயாரிப்பில் கடும் குறைபாடு இருப்பின் மாற்றுப் பிரதி உங்களுக்குக் கிடைக்கக் காலச்சுவடு ஏற்பாடு செய்யும்.

மின்னஞ்சல்: *publisher@kalachuvadu.com*

காலச்சுவடு நாகர்கோவில் தலைமையகத்துக்கும் கடிதம் அனுப்பலாம்.

தங்கள்
எஸ்.ஆர். சுந்தரம் (கண்ணன்)
பதிப்பாளர் — நிர்வாக இயக்குநர்

கரித்தாள் தெரியவில்லையா தம்பீ... ♦ கட்டுரைகள் ♦ ஆசிரியர் : பெருமாள்முருகன் ♦ © பெருமாள்முருகன் ♦ முதல் பதிப்பு : அக்டோபர் 2006, நான்காம் பதிப்பு: ஜூலை 2023 ♦ வெளியீடு : காலச்சுவடு பதிப்பகம், 669 கே. பி. சாலை, நாகர்கோவில் 629 001

karittaaL teriyavillaiyaa tampii... ♦ Essays ♦ Author: PerumalMurugan ♦ ©PerumalMurugan ♦ Language: Tamil ♦ First Edition: October 2006, Fourth Edition: July 2023 ♦ Size: Demy 1 × 8 ♦ Paper: 18.6 kg maplitho ♦ Pages: 152

Published by Kalachuvadu Publications Pvt.Ltd., 669, K.P. Road, Nagercoil 629001, India ❖ Phone: 91-4652-278525 ❖ e-mail: publications@kalachuvadu.com ❖ Printed at Adyar Students xerox Pvt. Ltd., No. 275 Habibullah Road, Triplicane high Road, Opp Triplicane Post Office, Triplicane, Chennai 600005

ISBN 978-81-89359-39-3

07/2023/S.No.166, kcp 4478, 18.6 (4) uss

விரியும் வெற்றுப் பொட்டலின்
ஒற்றைப் பனையாய்
எப்போதும்
எனக்கு ஆறுதல் தந்துகொண்டிருக்கும்
அன்புத்தோழன்
சங்கர் என்கிற
ந. திருஞானத்திற்கு

நன்றி

இக்கட்டுரைகளை வெளியிட்ட 'தமிழ் அமிழ்தம்', 'ஆரண்யம்', 'காலச்சுவடு', 'கவிதாசரண்', 'கணையாழி', 'புதுவிசை' ஆகிய இதழ்கள்.

இவற்றை எழுதக் காரணமாக இருந்த நண்பர்கள் ஆ. இரா. வேங்கடாசலபதி, கண்ணன், பொ. வேல்சாமி.

முன்னுரை எழுதியுள்ள நண்பர் க. காசிமாரியப்பன்.

நூலாக்கத்தில் உதவிய என் மாணவர்கள் மு. நடராசன், பெ. முத்துசாமி, பெ. பாலசுப்பிரமணியன், வீ. ராஜீவ் காந்தி.

உள்ளே . . .

	முன்னுரை: உள்ளோடும் அவைதீகக் குரல்	13
1.	மாங்குயில் கூவிடும் பூஞ்சோலை	17
2.	எருமைப்பாலும் பத்திரிகை வேலையும்	22
3.	கடைவாய்ப் பல்லும் நல்ல கதைகளும்	28
4.	பல்கலைக்கழகத்தால் விளைந்த 'பெரும்பயன்'	33
5.	தீர்க்கப்படாத சாபம்	38
6.	பாட்டுக்குத்தான் மெட்டு	44
7.	'கரித்தாள் தெரியவில்லையா தம்பீ...'	50
8.	மோளிப்பள்ளியார்	57
9.	சுழல்	62
10.	வண்ணவண்ணப் பூக்கள்	67
11.	முதல் கடிதம்	73
12.	பூமாதேவியின் தோள்	80
13.	ஆட்டோ வாசகங்கள்	86
14.	சென்ன கேசவன்	92
15.	எழுத்துகளில் புதைந்த மனிதர்	98
16.	உஞ்சவிருத்தி	105
17.	வேகம் இழந்த விசைத்தறிகள்	109
18.	கருவறை எலி	115
19.	ஹரஹர மகாதேவா! சம்போ மகாதேவா!	123
20.	உள்ளது கொண்டு உண்ணுதல்	131
21.	ஆறு அறிமுகமான கதை	138
22.	நீரோட்டம் - 1	144
23.	நீரோட்டம் - 2	148

முன்னுரை

உள்ளோடும் அவைதீக் குரல்

வெம்மை கொண்ட இராப்பொழுதின் அடர் இருளை அசைக்கும் பனஞ்சிறகு விசிறியில் தவ்விப் புரளும் மென்காற்றின் குளிர்ச்சியும் எளிமையும் கைவரப் பெற்றவை பெருமாள்முருகனின் கட்டுரைகள்.

படைப்புத் தளத்திற்கேற்ப மொழியும் பொருளும் மாறுபடுகின்ற வண்ண வேறுபாட்டை முருகனிடம் காணமுடியும். கவிதையின் மொழி தீவிரமான இறுக்கத்தைச் செழுமையென்று எண்ணுகிறது. பெரும்வானில் பறக்கும் இறகு விரித்த உயிர்களின் விசால இயக்கத்தை ஒத்ததாக நாவல் விரிகிறது. அளவற்ற பரப்புகளைக் கழித்துவிடும் சிற்பியின் உத்தியில் நுணுகிநுணுகிச் சிறுகதை லயிக்கிறது. கட்டுரையும் படைப்பு மொழியில் தோய்ந்த போழ்தும் கருப்பொருளைக் கொள்வதிலான அணுகல் தனித்ததாக இருக்கிறது.

நாவல்களில் நிலம்தான் நாயகனும் நாயகியும்; கிராமவெளிகளின் பெருமூச்சு விடும் விரிசலை அவை சொல்லும். சிறுகதைகளில் லௌகீகம் முதன்மை. கட்டுரையோ புற உலகம் மீதான அனுபவத் தீற்றலாக வெளிப்பட்டுள்ளது. இம்மூன்றிலும் இல்லாத வகையில் கவிதைகளில் காதல் பெருக்கெடுத்து ஓடுகிறது.

ஈரம் ததும்பும் மொழியின் ஊடாகப் பலவற்றையும் கண்டெடுக்கும் பெருமாள்முருகனின் கட்டுரைகள் பரபரப்பையும் எதிரிகளையும் ஒருசேரச் சம்பாதித்தவை.

மேற்கோள்களையும் புள்ளிவிவரங்களையும் நிராகரிக்கும் அதே வேளையில் சிறுகதைக்குரிய முனைப்பும் கவிதைத் தருணங்களும் கைவரப் பெற்றவை.

பிரபலங்களின் அறியப்படாத பக்கத்தைச் சொல்லும் கட்டுரைகள் அதிர்ச்சி நோக்கத்துக்காக அன்றி இன்னொரு பரிமாணத்தைச் சொல்வதாக அமைபவை. பேரொளி பொலிய வீற்றிருப்போரின் ஒளி குறைந்த பின்புறம் அதுவெனக் கொள்ளல்தகும். சீற்றம் நிறைந்த எதிர்வினைகளுக்கான உட்பொருளைக் கொண்ட கட்டுரைகளின் பரப்பு வெகுசனக் கூறுகளின் இழைகளால் நெய்யப்பெற்றவை அன்று.

பெரும்பாலான கட்டுரைகள் படைப்புக் கூறுகளைக் கொண்டுள்ளதால் கருத்துகளின் உள்நுழைவு இசைக்கோவை யில் நிரடும் ஒலித்துணுக்குகளாய் நிரடுகின்றன (வேகம் இழந்த விசைத்தறிகள், கருவறை எலி). சிறுகதையில் வேண்டப்படாத 'இதனால் அறியப்படும் நீதி என்னவென் றால்' கட்டுரைக்கும் வேண்டாம்தான் (பாட்டுக்குத்தான் மெட்டு) போல.

சில கட்டுரைகளை முருகனின் சிறுகதைகளோடு மீட்டிப் பார்க்க முடியும் (சுழல், முதல்கடிதம், மேன்சன் குறிப்பு களைக் கொண்ட கட்டுரைகள்). கிழங்கள் குறித்த எள்ளல் கட்டுரைகளில் வெளிப்படுகிறது. சி.சு.செல்லப்பா, புரட்சிமணி, மோளிப்பள்ளியார் சித்திரங்களில் இளமைப் பெருமையும் முதுமைப் பரிவின்மையும் பதுங்கி உள்ளன.

நடுத்தர மனம் வேண்டாமைகளுக்கும் விருப்புகளுக்கு மான காரணங்களைக் கண்டறிந்துவிடுகிறது. கனவுகளுக்காக வாழ்க்கையை ஒப்படைத்து ஏகும் கொள்கையின் பாலான சலிப்பால் வறண்ட தத்துவங்களை முருகன் கைவிட்டபோதி லும்; விசைத்தறிகளை ஓடவைக்க வேறு எந்தக் கோட்பாடு களாலும் முடியாமல் போவது காலமுரண்தான். வேண்டா மென்றாலும் அவர் வந்து சேரும் இடம் அதுவாகவே அமைகிறது.

சுவராசியமான வாழ்க்கை வரலாற்றுக்கான சிறுகுறிப்பு கள் இவையென்றாலும் எல்லாச் சந்தர்ப்பங்களிலும் தப்பிப் பிழைத்த நல்லபிள்ளையாக இருப்பது குறைதான்.

இட்டேரித் தடத்தின் அழகை ஏளனம் செய்யும் வாழ்க்கையைப் படைப்புகளில் வன்மத்தோடு எதிர்கொண்ட முருகன், கட்டுரைகளில் நெடுஞ்சாலை மனிதர்களின் நகாசு களை ஏளனத்தோடு கடந்து செல்கிறார்.

பேரிருள் புழங்கும் கிருகங்களின் வெளிகளில் புதைந் தோடும் அடிப்படை வேர்களை வெட்டி எறியும் - எல்லா வற்றிலும் உள்ளோடும் ஓர் அவைதீகக் குரல் உவப்பாகவே உள்ளது.

இளங்காலை அதிவேக ரயில் பயணத்தின் இன்பத்தை நல்கும் முருகனின் இன்னொரு முகமும் நன்றாய்த்தான் இருக்கிறது.

க. காசிமாரியப்பன்

மாங்குயில் கூவிடும் பூஞ்சோலை

புரட்சிகரக் கட்சி (சி.பி.ஐ.எம்.எல்) ஒன்றின் ஆதர வாளனாகவும் அதன் கலை இலக்கிய அமைப்பில் செயல்படுபவனாகவும் சில ஆண்டுகள் இருந்தேன். அப்போது ஊர்வலம், ஆர்ப்பாட்டம், பொதுக்கூட்டம், மாநாடு எனப் பலவற்றில் பங்குபெற்றேன். அவற்றில் தடை செய்யப்பட்டவையாகவும் சில இருந்தன. சிலவற் றிற்குக் காவல்துறை அனுமதி கொடுத்திருக்கவில்லை. என்றாலும் கைதாகிச் சிறைசெல்லும் வாய்ப்பு எனக்குக் கிடைக்கவே இல்லை. கட்சி சார்ந்த என் அனுபவங் களை அசை போடும் வேளைகளில், இது ஒரு குறை யாகவே தோன்றுவதுண்டு.

'ஒருமுறைகூடச் சிறைக்குப் போகாமல், புரட்சிகரக் கட்சியில் செயல்பட்டேன் என்று சொல்லிக்கொள்வது வெட்கக்கேடானது' என்று எண்ணம் ஓடும். இது ஒரு விஷயத்தைக் கொண்டே நான் புரட்சிக்காரன் இல்லை என்று யாரேனும் ருசிப்பிக்கக்கூடும் என அஞ்சுவது முண்டு. ஆனால், சிறைப்பக்கமே செல்லாதவனும் அல்ல நான். சிறை என்னும் அந்தத் தியாகசாலையில் ஒரு நாள் இருந்திருக்கிறேன். அந்தப் பெருமையை உலகறிய அறிவிக்க வேண்டியது என் கடமை.

சென்னைப் பல்கலைக்கழகத்தில் ஆய்வு மாண வனாக இருந்த சமயம். அனேகமாக 1989, 1990 ஆக இருக்கக்கூடும். எனக்கு 'சீனியராக' இருந்தவர்கள் சிலர் சேர்ந்து 'தமிழ் ஆராய்ச்சியாளர் பேரவை' என்று ஓர் அமைப்பைத் தொடங்கியிருந்தனர். பலரை ஒருங்

கிணைக்கும் செயல்திறம் கொண்டிருந்த நண்பர் திரு. குண சேகரன் என்பவர் அதன் தலைவராக இருந்தார். பேரவை யின் நோக்கமும் கோரிக்கைகளும் மிகவும் நியாயமானவை. தமிழ் இலக்கியத்தில் எம்ஃபில்., பிஎச்.டி. வரை முடித்தவர் களின் எண்ணிக்கை மிக அதிகமாக இருந்தும் அவர்களுக் கான வேலை வாய்ப்புகள் ரொம்பவும் குறைவாக இருப்பதை அரசுக்குச் சுட்டிக் காட்டி, அக்குறையைப் போக்க முயல்வது தான் பேரவையின் நோக்கம். தமிழ் இலக்கியம் படித்தவர் களுக்கான வேலை வாய்ப்புகள் எந்தெந்தத் துறைகளில் இருக்கின்றன, எவ்வளவு இடங்கள் காலியாக இருக்கின்றன என்பவற்றைப் புள்ளி விவரங்களோடு தொகுத்துக் கொடுத்து, அவற்றையெல்லாம் உடனே நிரப்பவேண்டும் என்று பேரவை கோரிக்கை வைத்தது. சமூகத்திற்குப் பயன்படும் வகையில் புதிய வேலை வாய்ப்புகளையும் உருவாக்கமுடியும் என்ற கூறிய பேரவை, அவற்றையும் முன்வைத்து அரசுக்கு வேண்டு கோள் விடுத்தது.

இந்தப் பேரவையில் இணைந்து செயல்படுவதில் தொடக் கத்தில் எனக்குத் தயக்கம் இருந்தது. ‘சமூக மாற்றத்திற்கான கோரிக்கை எதுவும் இதில் இல்லை’ என்றும் ‘அரசுக்குக் கோரிக்கை வைத்துப் பயனில்லை. புரட்சிக்காகப் போராடு வதுதான் பிரச்சினை தீரும் வழி’ என்றும் வறட்டுத்தனமான கருத்துகொண்டிருந்தேன். எனக்கும் வேலை என்பது பிரச் சினையாக இருந்த காரணத்தாலும், பிரச்சினை தீர்கிறதோ இல்லையோ கோரிக்கை வைத்துப் போராடுவதன் வழியாக அரசை அம்பலப்படுத்த முடியும் என்று ஒரு நியாயம் தோன்றிய தாலும், முன்னின்றவர்கள் எல்லாம் என் சீனியராக இருந்த தாலும் – இப்படிப் பல காரணங்களால் பேரவையின் செயல் பாடுகளில் இணைந்துகொண்டேன்.

பேரவையின் முக்கியச் சாதனை, தமிழ்நாட்டுப் பல்கலைக் கழகங்கள், கல்லூரிகள் அனைத்திலும் பயின்று கொண்டிருந்த தமிழ் இலக்கிய ஆய்வு மாணவர்களை ஒருங்கிணைக்க எடுக்கப்பட்ட முயற்சி. மிகச் சிலர் சேர்ந்து இந்த முயற்சியில் பெருமளவு வெற்றியும் பெற முடிந்தது. கோரிக்கைகளை விளக்கித் துண்டறிக்கைகள் வெளியிடப்பட்டன. அரசுக்குக் கோரிக்கை மனுக்கள் அனுப்பப்பட்டன. கல்வி அமைச்சரைச் சந்தித்துப் பேசியதாகவோ பேச முயற்சி செய்ததாகவோ ஞாபகம். அதன்பின் ஒருநாள் அடையாள உண்ணாவிரதம் அறிவிக்கப்பட்டது. சேப்பாக்கம் சிதம்பரம் விளையாட்டரங் கின் முன் அமைக்கப்பட்ட பந்தலில் உண்ணாவிரதம். தமிழ்நாட்டின் பல இடங்களில் இருந்தும் சொந்தச் செலவில் ஆய்வு மாணவர்கள் வந்து குழுமியிருந்தனர். பேராசிரியர்கள்

உண்ணாவிரதத்தை வாழ்த்திப் பேசினர். அளவளாவலும் சாத்தியமானது. எல்லோருக்கும் சந்தோசமாக இருந்தது. அரசின் காதில் எப்படியும் சங்கொலியைக் கொண்டு சேர்த்து விட முடியும் என்னும் நம்பிக்கை பிறந்தது.

ஓரிரு மாதங்கள் கழித்துப் பட்டம் எரிப்புப் போராட்டம் அறிவிக்கப்பட்டது. அண்ணா சாலையில் சிம்சன் கம்பெனி இருக்குமிடத்தில் உள்ள பெரியார் பாலத்தின் பக்கத்தில் காமராசர் சிலையருகே கூடிப் பட்டச் சான்றிதழ்களை எரிப்பது எனத் தீர்மானிக்கப்பட்டது. வழக்கம்போல், காவல்துறை அதற்கு அனுமதி கொடுக்கவில்லை. ஆனால் முடிந்தால் எரிப்பது, இல்லையேல் கைதாவது என்று முடிவு செய்யப்பட்டது. அந்தக் குறிப்பிட்ட நாள் காலையில் போராட்டத்தில் ஈடுபடச் சென்றேன். சிம்சன் நிறுத்தத்தில் இறங்கிக் குறிப்பிட்டிருந்த இடத்தை நோக்கி நடந்தேன். காவல்துறை வாகனமும் கீழே நின்றிருந்த காவலர்களும் தெரிந்தனர். காவலர்களின் எண்ணிக்கை பதினைந்துக்கு மேலிருக்கும். போராட்டத்திற்கு வந்தவர்கள் எவரையும் காணோம். எனக்குத் தயக்கம். ஆனாலும் நடந்தேன். அருகே செல்லும்போது பேரவைத் தலைவரின் தலை தென்பட்டது. அவருடன் இன்னும் இருவரும் நின்றிருந்தனர். தெம்பாக இருந்தது. அவர்களைப் பார்த்துச் சென்றேன். என் முகத்தைப் பார்த்ததும் போராட்டத்திற்காகத்தான் வந்திருப்பேன் என்பதை ஊகித்துக்கொண்ட காவலர், 'அங்க போயி நில்லுங்க' என்று வழிகாட்டினார்.

நான் போராட்டத்தில் பங்கேற்க வந்ததுபற்றி மகிழ்ச்சி தெரிவித்த தலைவர், இவ்வளவு நேரமாகியும் மற்றவர்கள் வரவில்லையே என ஆதங்கப்பட்டார். பட்டம் எரிக்க விட மாட்டார்கள் எனவும் கைதாகிவிடலாம் எனவும் கூறினார். அடுத்த அரைமணி நேரத்தில் இன்னும் சிலர் வரக் கிட்டத் தட்டப் பத்துப்பேர் சேர்ந்துவிட்டோம். உடனே எங்களைக் காவல்துறை வாகனத்தில் ஏறி உட்காரச் சொன்னார்கள். தலைவர் மட்டும் வருபவர்களுக்கு வழிகாட்ட வேண்டிக் கீழே நின்றுகொண்டார். வாகனத்தில் சந்தோசமாகப் பேசிக் கொண்டிருந்தோம். வெளியூர் ஆட்கள் ஒன்றிரண்டு பேர்களே வந்திருந்தனர். இன்னும் அரைமணி நேரத்தில் இன்னொரு பத்துப்பேர். அவர்களையும் வண்டியில் ஏற்றியதும், 'இன்னும் வருவார்களா, அவ்வளவுதானா' என்று கேட்டுக் காவல்துறை 'அவ்வளவுதான்' என்று உறுதிப்படுத்திக் கொண்டது. ஒன்றிரண்டு காவலர்களை மட்டும் எச்சரிக்கையாக அங்கேயே விட்டுவிட்டு எங்களோடு வாகனம் புறப்பட்டது. திரைப்படத்தில் வருகிறமாதிரி கைகளில் விலங்கு மாட்டித்தான் கைது

செய்வார்கள் என்னும் எதிர்பார்ப்பு பொய்யாகிப் போனது பற்றிப் பேசிச் சிரித்துக்கொண்டிருந்தோம்.

எல்.ஐ.சி. கட்டடத்திற்குப் பக்கத்தில் இருந்த காவல் நிலையத்திற்குப் போனது வாகனம். நீள பெஞ்சுகளில் எங்களை அமர வைத்தார்கள். காவலர்கள், துணை ஆய்வாளர் எல்லோரும் எங்களுடன் மரியாதையாகப் பேசினார்கள். வீட்டுக்கு வந்த விருந்தாளிகளை உபசரிப்பது போலிருந்தது அவர்களது நடவடிக்கை. பெரிய குறிப்பேட்டைக் கொடுத்து, அதில் வரிசையாகப் பெயர் எழுதிக் கையொப்பம் இடச் சொன்னார்கள். பல்கலைக்கழக வருகைப் பதிவேட்டில் கையொப்பம் இடுவது தினசரி வழக்கம். ஒரு நாள் இங்கே கையொப்பம் இடுகிறோம், இரண்டும் ஒன்று தானே என்று யாரோ காதைக் கடித்தார்கள். இந்தக் கையொப்ப நிகழ்ச்சி நடந்துகொண்டிருக்கும்போதே, துணை ஆய்வாளர் ஒரு காவலரை அழைத்து ஏதோ கட்டளையிட்டார். யாரையோ விசாரிக்கச் சொல்லி ஆணையிடுவது புரிந்தது. காவலர் உள்ளிருந்த அறைகளை நோக்கிச் சென்றார்.

துணை ஆய்வாளர் எங்களிடையே ஒரு சிற்றுரை நிகழ்த்தத் தொடங்கினார். நாங்கள் எல்லாம் படித்தவர்கள் என்பதை அழுத்தமாகக் கூறிய அவர், படித்தவர்கள் நடத்த வேண்டிய நாகரிகமான போராட்ட முறைகளைப் பற்றி விளக்கினார். படித்தவர்கள் சாலைக்கு வந்து போராட்டத்தில் ஈடுபடக் கூடாது; மனுக்கள் எழுதலாம் என்பதுதான் அவருடைய உரையின் சாராம்சம். அதை அவர் அறிவுரையாகக்கூட இல்லாமல் கட்டளையிடும் தொனியில் விளக்கினார். கிட்டத் தட்டப் பேராசிரியர் ஒருவரின் விரிவுரை போலவே இருந்தது. விரிவுரை நடந்துகொண்டிருந்தபோதே உள்ளே போன காவலர், கம்பிகள் போட்ட சிறைக்குள் இருந்து ஒருவரை அழைத்து வந்தார். ஆள் ஒல்லி. நல்ல உயரம். நாற்பது வயதிருக்கும். உடம்பில் நைந்துபோன ஜட்டி ஒன்றைத் தவிர வேறு எதுவுமில்லை. எங்கள் கண்களில் படும்படியாகச் சற்றுத் தூரத்தில் அவரை நிற்க வைத்துக் காவலர் விசாரிக்கத் தொடங்கினார். விசாரணை என்பது ஒன்றுமில்லை. கையில் இருந்த தடியால் கண்மண் தெரியாமல் அடிப்பதும் உதைப்பதும்தான். அவர் அலறும் கூச்சல் மட்டும் தான் எங்களுக்குக் கேட்டது. காவலர் என்ன கேட்கிறார் என்பது புரியவில்லை. ஏதோ 'பிக்பாக்கெட் கேஸ்' என்பது புரிந்தது. வன்முறைப் பிரயோகம் ஐந்து நிமிடம்வரை நடந்திருக்கும். எங்களில் யாருமே அப்படியொரு வேகமான தாக்குதலை அதற்குமுன் பார்த்ததில்லை. எங்கள் பக்கம் பெரும் நிசப்தம். எல்லோர்

கண்களும் அங்கேயே விறைத்திருந்தன. துணை ஆய்வாளரின் சமிக்ஞை வந்ததும் அடிபட்டவரைக் காவலர் உள்ளே கூட்டிச்சென்றார். ரணத்தோடும் வலியோடும் கண்ணீர்விட்ட படி மெல்ல நடந்து செல்லும் அந்த மனித உருவம் மறைந்ததும்தான் எங்களுக்கு உணர்வு திரும்பியது. ஆய்வாளர் எங்களைப் பார்த்துச் சிரித்தார். சிரிப்பதுபோல் நாங்களும் வேறு வழியற்று முகம் காட்டினோம். அவருடைய விரிவுரையின் தொடர்ச்சிதான் நடந்த விசாரணை என்பது புரிந்தது. காவல் துறையின் உளவியல் மிரட்டல் இது. நாங்களும் கைதி; அடிபட்ட ஆளும் கைதி. எங்களுக்கு முழு உடை; அந்த ஆளுக்கு ஜட்டி மட்டும். நாங்கள் உட்கார வைக்கப் பட்டிருக்கிறோம்; அவர் நிறுத்தி வைக்கப்பட்டிருக்கிறார். எங்களுக்கு அறிவுரை; அவருக்கு அடி. படித்த கனவான்களை நடத்துவதற்கும் பிக்பாக்கெட்காரனை நடத்துவதற்குமான வேறுபாடு எங்களுக்குக் காட்டப்பட்டிருக்கிறது. நாங்கள் மனு எழுதாமல் போராட்டத்தில் இறங்கினால் எங்களை நடத்தும் முறை எப்படி இருக்கும் என்பதைக் கண்ணெதிரிலேயே உணர்த்தியிருக்கிறார்கள்.

அங்கே நடந்தது அவ்வளவுதான். வாலாஜா சாலையில் இருக்கும் காவல் நிலையத் தோட்டத்தில் அன்று முழுவதும் சிறை வைக்கப்பட்டிருந்தோம். கம்பிச் சிறை இல்லை. தோட்டத்தில் சுதந்திரமாகத் திரிந்துகொண்டிருந்தோம். மாலையில் வெளியே அனுப்பப்பட்டோம்.

அதற்குப்பின் 'தமிழ் ஆராய்ச்சியாளர் பேரவை' என்ன வாயிற்று? எனக்குத் தெரியாது. என்னைப்போலவே பிறருக்கும்.

'காலச்சுவடு' 33, ஜனவரி - பிப்ரவரி 2001

எருமைப்பாலும் பத்திரிகை வேலையும்

முதுகலைப் படிப்பிற்கான தேர்வு எழுதி முடித் ததும் (1988) ஒரு நாளிதழின் சென்னை அலுவலகத்தில் எனக்குத் துணையாசிரியர் வேலை கிடைத்தது. 'இதழியல்' ஒரு தாளாக எங்கள் பாடத்திட்டத்தில் இருந்தது. அந்தப் பாடத்தைக் கற்பித்த ஆசிரியரின் சொற்களால் எழுச்சி பெற்று 'பத்திரிகைத் துறையில்தான் வேலை செய்யவேண்டும்' என்ற வைராக்கியம் கொண்டிருந்தேன். அப்போதைய என் கனவுகள் எல்லாம், முன்னணிப் பத்திரிகை ஒன்றின் ஆசிரியராக நான் வீற்றிருப்பதா கவும் புகழ் உச்சியில் ஒற்றைக்காலில் நின்று தடுமாறிக் கொண்டிருக்கும் மாபெரும் எழுத்தாளர்கள் பலரும் தங்கள் படைப்புகளோடு என் தயவை எதிர்நோக்கி நிற்பதாகவும் விரியும். நான் முதுகலைப் படிப்பில் சேர்ந்த சமயம் என் தந்தை இறந்து போய்விட்டார். படிப்பிற்காக என் தாயின் உழைப்பைச் சுரண்டிக் கொண்டிருந்தேன். படிப்பு முடிந்ததும் உடனே ஏதாவ தொரு வேலையில் சேர்ந்து தாயைக் கண்கலங்காமல் காப்பாற்றவேண்டும் என்னும் எண்ணமும் என்னுள் தீவிரமாக இருந்தது. எல்லாவற்றுக்கும் ஏற்றாற்போல் எனக்கு வேலை கிடைத்துவிட்டது.

எங்கள் கல்லூரியின் தொடர்பியல் துறைத் தலைவர் எனக்காகப் பரிந்துரை செய்திருந்தார். தொடர்பியல் துறையில் பயின்ற மாணவர்களுக்கு ஓரளவு நல்ல ஊதியத்துடன் ஆங்கிலப் பத்திரிகைகளில் வேலை

வாய்ப்பு பிரகாசமாக இருந்தது. அவர்களில் ஒரு சிலர் கண்ணியமான, பரவாயில்லை என்று சொல்லும் அளவுக்கு ஊதியம் கொடுக்கும் தமிழ்ப் பத்திரிகைகளையும் நாடினர். நாளிதழ்களுக்குப் போக யாரும் தயாரில்லை. ஆகவே அந்த வாய்ப்பு தமிழில் படித்த எனக்குக் கிடைத்தது. அந்த நாளிதழில் முக்கியப் பொறுப்பில் இருந்த திரு.கதிர்வேல் என்பவர் எங்கள் தொடர்பியல் துறைத் தலைவரின் நண்பர். ஆகவே, பரிந்துரை ஏற்றுக்கொள்ளப்பட்டு உடனடியாக வேலையில் சேர்ந்துவிட்டேன்.

சென்னை எனக்குப் புதிய ஊர். காக்கைக் குஞ்சுகூடப் பழக்கமில்லை. ஆனால் தங்குவதைப்பற்றி பிரச்சினை இருக்கவில்லை. அலுவலகத்தில் தெளிவான வழிகாட்டுதல் கொடுக்கப்பட்டது. அலுவலகத்திலேயே கழியல், குளியல் எல்லாம் முடித்துக்கொண்டு வேலைக்கு வரும் என் போன்ற ஆட்களுக்காகவே வாலாஜா சாலை சந்து ஒன்றில் அலுவலகத்தின் சார்பாக வாடகை கொடுத்து வைத்திருந்த அறையில் பத்து நாள் வரைக்கும் தங்கிக் கொள்ளலாம் என்றார்கள். அந்த அறை, மனிதர்கள் தங்குவதற்கானதல்ல. குப்பைகளும் அழுக்கும் சேர்ந்து பன்றித் தொழுவம் போலிருந்தது. தண்ணீரே கிடையாது. இன்னும் சிலரைப் போலப் பொருட்களை மட்டும் அங்கே வைத்துவிட்டு இரவில் அலுவலகத்தில் மொட்டை மாடியில் படுத்துத் தூங்கினேன்.

என்னுடைய வேலை நேரம் பிற்பகல் இரண்டு மணியிலிருந்து இரவு எட்டு மணி வரை இருக்கும். வேலை ரொம்பக் கஷ்டம் இல்லை. தேர்வு செய்யப்பட்ட சிறு சிறு ஆங்கிலச் செய்திகளை மொழிபெயர்க்கவேண்டும். என்னுடைய ஆங்கில அறிவும் பயிற்சியும் வெகு குறைவு என்பதால் சிரமமாக இருந்தது. அதுகூட, செய்தியைப் புரிந்துகொண்டால் போதும், சொந்த நடையில் எழுதலாம் என்று சொல்லிவிட்டார்கள். மற்றவர்களின் உதவி, அகராதி ஆகியவற்றால் சமாளிக்க முடிந்தது. ஆங்கில வரி வடிவத்தில் வரும் தமிழ்ச் செய்திகளை ஒலி பெயர்த்தல், நிருபர்கள் எழுதியோ தொலைபேசி மூலமாகவோ கொடுக்கும் செய்திகளைப் பிரசுரத்திற்கு ஏற்ற வகையில் எழுதுதல், பிழை திருத்துதல் ஆகிய வேலைகள் சுலபமாக இருந்தன. ஒற்றுப்பிழைகளை அப்படியே விட்டுவிட வேண்டும்; திருத்தக்கூடாது என்று சொன்னதுதான் எனக்குப் பெரிய அதிர்ச்சியாக இருந்தது. அவர்களுடைய மொழி அவ்வளவு எளிதாக எனக்குக் கைவரவில்லை. 'மருத்துவ மனை' என்று எழுதினால் அதை அடித்து 'ஆஸ்பத்திரி' ஆக்குவார்கள். 'சென்ற' என எழுதக்கூடாது. 'கடந்த' தான். 'உங்களுடைய தமிழறிவை எல்லாம் காட்டுவதற்கான இடம்

இதுவல்ல' என்று கறாராகக் கூறினார்கள்; இல்லை இல்லை; 'சொன்னார்கள்'.

அங்கே வேலை செய்துகொண்டிருந்த பலரையும் அறிந்து கொள்ளவும், பழகவும் வாய்த்தது. எல்லோருமே கஷ்ட ஜீவனத்தில்தான் இருந்தார்கள். மிகக்குறைந்த ஊதியம். ஆனால் கலகலப்பாக இருந்தார்கள். அங்கேதான் மூன்று வேளை உணவை இரண்டு வேளையாக்கிக் கொள்ளும் முறையைக் கற்றுக் கொண்டேன். காலையில் பத்து மணிக்கு மேல்தான் எழ வேண்டும். அப்படி இப்படி என்று புறப்பட்டுப் போனால் பதினொன்றரைக்கு மேல் ஆகிவிடும். ஏதாவது மெஸ்ஸில் சாப்பிடலாம். காலை, மதியம் இருவேளை உணவுமாகிவிடும். இரவில் கையேந்தி பவன்கள். இந்த வழக்கம் எனக்குப் பின்னாளில் பெரிதும் உதவிற்று.

அங்கே வேலை செய்தவர்களில் சட்டென்று நினைவுக்கு வருபவர் சம்பத் என்பவர். 'இளையமகன்' என்னும் புனை பெயரில் வாராந்திர மலர் கவிதைகள் எக்கச்சக்கமாக எழுதிக் கொண்டிருந்தார். அதற்கான தோரணையோடு இருப்பார். சில பெண்களும் இருந்தார்கள். நான் எம்.ஏ.படித்திருக்கிறேன் என்பதை அறிந்த ஒரு பெண் சொன்ன சொற்கள் என் நினைவில் இன்னும் இருக்கின்றன. "பத்திரிகை வேலைங்கறது ஒரு மாயை. பெரிய பெரிய மனிதர்களெல்லாம் நம்மிடம் வந்து பல் இளிப்பார்கள். அது பெருமையா இருக்கும். மத்தபடி வாழ்க்கை வசதின்னு சொன்னா . . . ஒண்ணுங் கெடைக்காது".

திருவல்லிக்கேணியில் தங்குவதற்கான அறை பார்த்தேன். புறாக்கூண்டு போன்ற அறைகள் கொண்ட மேன்சன்களில் மாதம் இருநூறு ரூபாய்க்குக் குறைந்த வாடகை இல்லை. முன்பணமாக இரண்டு மாத வாடகை தர வேண்டும். மலைப்பாக இருந்தது. ஒருவேளை அங்கே அறை பிடித்துத் தங்கினால் மனதுக்குப் பிடித்த இரண்டு விஷயங்கள் இருந்தன. ஒன்று கடற்கரை; மற்றொன்று 'கணையாழி' அலுவலகம். கணக்குப் போட்டுப் பார்த்தேன். என்னுடைய மாத ஊதியம் அறுநூறு ரூபாய். மேன்சன் வாடகை இருநூறு; இருவேளை உணவு என்றாலும் நாளுக்குப் பதினைந்து ரூபாய். மாசத்துக்கு இதுவே அறுநூற்றைம்பது ஆகிவிடும். அப்புறம் துணிமணி, சோப்பு, சீப்பு . . . போக்குவரத்து . . . அம்மாவிடம் இருந்து மாதம் இருநூறாவது வாங்கினால் தான் முடியும். வேலையில் சேர்ந்த பின்னும் அம்மாவைக் கண்கலங்க வைத்துதான் ஆக வேண்டுமா?

வேலையில் சேரும்போது பத்தாம் வகுப்பு தொடங்கி முதுகலை வரைக்குமான அனைத்துச் சான்றிதழ்களையும்

வாங்கிக்கொண்டார்கள். வேறு ஏதாவது தேவையின்போது கேட்டால் உடனே கொடுக்கமாட்டார்கள்; ரொம்பவும் இழுத்தடிப்பார்கள் என்றும், உள்ளே வந்தவர்களை எப்போதும் வெளியே அனுப்ப விரும்பாத சிறைதான் இதுவென்றும் இரண்டு பேர் பயமுறுத்தியபடியே இருந்தார்கள். என்னுடைய பதினேழு ஆண்டுகளை ஒப்புவித்துப் பெற்ற சான்றிதழ்கள் தான் என் எதிர்கால நம்பிக்கையாக இருந்தன. அவையும் கைநழுவிப் போய்விடுமோ என்னும் அச்சம் சூழ்ந்து இரவெல்லாம் தூக்கமின்றி மொட்டை மாடியில் புரண்டு கிடந்தேன்.

எம்.பில்., பிஎச்.டி., என்று ஆராய்ச்சிப் படிப்புகள் பற்றிய எண்ணம் மிகுந்தது. சான்றிதழ்கள் இல்லாமல் இந்தப் படிப்புகளையும் இழந்து விடுவேனோ? நாலு வார்த்தை வாயாறப் பேசுவதற்கு நண்பர்களுமற்ற அந்தச் சூழலில் என் தனிமை எனக்கு முன்னால் பெரும் பெரும் பூதங்களை உருவாக்கி நிறுத்திற்று. கல்லூரியில் எனக்குக் கிடைத்திருந்த எழுத்தாளர் என்னும் பிம்பம் வேறு அவ்வப்போது என் முன் தோன்றி 'உன் படைப்பாற்றல் எல்லாம் என்னாவது? உப்புச் சப்பற்ற எழுத்திலேயே மூழ்கப் போகிறாயா? இப்படி இருந்தால் ஐம்பதாவது வயதில் இரண்டாயிரம் ரூபாய் சம்பளம் வாங்கலாம். ஆனால் உன் இளமை, அறிவு, திறமை எல்லாம் வீணாகிப் போகுமே' என்று பேசி பலவிதமான சலனங்களுக்கு ஆட்படுத்தியது. இத்தனைக்கும் அப்போது எனக்கு சில பத்திரிகைகளே அறிமுகமாகி இருந்தன. வேலையில் பத்துப் பன்னிரண்டு நாட்கள் ஆகியிருந்த நிலையில், 'எனக்கு இந்த வேலை லாயக்கானதில்லை' என்று முடிவு செய்தேன். விலகிக்கொள்வதாகச் சொல்லி உடனடியாகச் சான்றிதழ்களை வாங்கிக்கொண்டு ஊருக்குப் போய்விட வேண்டும் என்று தோன்றிற்று. ஓட்டல் சாப்பாடு ஒத்துக் கொள்ளவில்லை. ஏற்கெனவே மஞ்சள்காமாலை வந்து கஷ்டப் பட்டவனாதலால் உணவில் கவனம் வேண்டும். ஆகவே விலகிக்கொள்கிறேன் எனக் காரணம் சொன்னேன். நிர்வாகி என்னை அழைத்து 'வேறு எங்காவது வேலை கிடைத்திருக் கிறதா' எனக் கோபமான தொனியில் விசாரித்தார். 'இல்லை' என்று மறுத்து என்னுடைய காரணத்தையே பலவிதமாக அழுத்திச் சொன்னேன். வேலை பார்த்த நாட்களுக்கான ஊதியத்தையும் சான்றிதழ்களையும் அன்றே பெற்றுக்கொள்ள லாம் என அனுமதி வழங்கினார்.

இத்தனை எளிதாகக் காரியம் முடிந்துவிடும் என்று நினைக்கவில்லை. அழுது புலம்பிக் கெஞ்சி இரக்கத்தை ஏற்படுத்தும் விதத்தில் ஏதாவது செய்துதான் சான்றிதழ்களைப்

பெறமுடியும் என்று நம்பி அவற்றையெல்லாம் செய்வதற்கான மனத்தயாரிப்போடு இருந்தேன். எதுவும் தேவையாயிருக்க வில்லை. ரொம்பவும் சந்தோசமாக இருந்தது. அன்றைய வேலைகளை உற்சாகத்தோடு செய்தேன். எல்லோரிடமும் சொல்லிக்கொண்டேன். வேலை நேரம் முடியும் முன்னரே ஊதியமும், சான்றிதழ்களும் என்னிடம் வந்து சேர்ந்தன.

எல்லாவற்றோடும் வெளியேறும்போது எனக்குப் பரிந் துரை செய்த பேராசிரியரின் நண்பரும் செய்தி ஆசிரியருமான திரு. கதிர்வேல் அவர்கள் என்னை வழியனுப்ப வந்தார். அவர் மிகவும் மென்மையான குணமுடையவர். எதையும் பொறுமையாகச் சொல்லித் தருவார். மனம் புண்படும்படி பேசவே மாட்டார். பத்திரிகை வேலையின் சிறப்புகள் பற்றிப் பலவற்றை எனக்குச் சொல்லிக்கொண்டே நடந்த அவர், அலுவலக நுழைவாயிலில் நின்று கொண்டு இதமாகக் கேட் டார். 'நீ போறதுக்கு உண்மையான காரணம் என்ன?' அவருடைய அன்பிலும் அணுகுமுறையிலும் நெகிழ்ந்து போயிருந்த நான் உண்மையை சொன்னேன். இத்தோடு இப்படியும் சொல்லிவிட்டேன்.

"என்ன சம்பளம் தர்றாங்க. மாசம் அறுநூறு. எங்க ஊர்ல ஒரு எரும வெச்சுப் பால் ஊத்துனா மாசம் ஆயிரம் ரூபா சம்பாதிக்கலாம்".

என் மனதுக்குப்பட்டது. சாதாரணமாகச் சொல்லிவிட் டேன். அதற்குப்பின் அவர் ஏதும் பேசவில்லை. போய்வர விடை கொடுத்தார். பத்திரிகை வேலையில் பல ஆண்டு களாக இருப்பவராதலால் என் சொற்கள் அவரைக் காயப் படுத்திவிட்டன போலும். எருமைப்பாலை பத்திரிகை வேலை யோடு ஒப்பிட்டதை அவரால் செரித்துக்கொள்ள முடிய வில்லை என்று நினைக்கிறேன்.

எனக்குப் பரிந்துரை செய்த தொடர்பியல் துறைப் பேரா சிரியரிடம் இதைச் சொல்லி 'இந்தப் பையன் இப்படி சொல் லிட்டானே' என்று மிகவும் வருத்தப்பட்டிருக்கிறார். தொடர் பியல் துறைப் பேராசிரியர் என்னுடைய ஆசிரியர்களிடம் இதைச் சொல்லி 'உங்க பையனுக்குச் சிபாரிசு பண்ணுனா என்ன வார்த்த சொல்லிட்டு வந்திருக்கறான் பாருங்க' என்று கோபப்பட்டிருக்கிறார். என்னால் கல்லூரிப்பக்கமே போக முடியவில்லை.

"வேற எதாச்சும் காரணம் சொல்லிட்டு வந்திருக்கலாம்ல. இப்படியா சொல்றது" என்று ஏகப்பட்ட கண்டனங்கள். நான் சொன்னது இப்படியாகும் என்று எதிர்பார்க்கவே

யில்லை. என்ன தப்பாகச் சொல்லிவிட்டேன் என்பதும் புரியவில்லை. இது மாதிரி பத்திரிகைகளில் வேலை பார்க்கும் நண்பர்கள்தான் சொல்ல வேண்டும். பத்திரிகை வேலையோடு எருமைப்பால் வியாபாரத்தை ஒப்பிடக்கூடாதா என்ன?

'காலச்சுவடு' 34, மார்ச் - ஏப்ரல் 2001

கடைவாய்ப் பல்லும் நல்ல கதைகளும்

சி. சு. செல்லப்பாவைச் சென்னையில் சந்திக்கும் முன்பே அவரைப் பற்றி என்னுள் ஒரு சித்திரம் உருவாகி யிருந்தது. 'எழுத்து'வின் சில இதழ்களைப் பார்த்துமிருந் தேன். சிற்றிதழ்களும் அவற்றைச் சார்ந்தவர்களும் பெரும் இலட்சிய வேட்கையோடு தொடர்புபட்டு எனக்குள் ஆதர்சமாக நிலவிய காலம் அது. சிற்றிதழ்களின் பக்கங் களை உள்வாங்கிக்கொள்ளும் திறன் ஓரளவுக்குக்கூட இல்லை எனினும் அவை சார்ந்து மிகையான கற்பனை கள் பெருகியிருந்தன. அதற்கேற்ப சி. சு. செல்லப்பா குறித்த செய்திகள் எனக்குக் கிடைத்தன. சொந்தப் பணத்தைச் செலவு செய்து இதழ் நடத்தியவர்; வெளியிட்ட நூல்களை ஊர் ஊராகச் சுமந்து சென்று விற்றவர் – ஆகியவற் றோடு 'புதுக்குரல்கள்' தொகுப்பு, அத்தொகுப்பு குறித்துக் கோவையிலிருந்து வெளியான 'பூம்பொழில்' என்னும் இதழில் என் பேராசிரியர் ச. மருதநாயகம் அவர்கள் எழுதிய கட்டுரை, அதுதான் கல்விப் புலம் சார்ந்த ஒருவர் புதுக்கவிதை குறித்து எழுதிய முதல் கட்டுரை. அக்கட்டுரை அக்காலத்தில் தமிழ்ப் பேராசிரியர்களின் கடும் கண்டனத்திற்கும் ஏளனத்திற்கும் ஆளானது முதலிய வற்றையும் அறிந்திருந்தேன். ஆகவே சென்னையில் நான் சந்திக்க வேண்டியவர்கள் பட்டியலில் முதல் பெயராகச் சி. சு. செல்லப்பா இருந்தார்.

திருவல்லிக்கேணியில் நான் தங்கியிருந்த அறையிலிருந்து நடந்து செல்லும் தொலைவில்தான் சி.சு.செல்லப்பாவின் முகவரியிருந்தது. மன அழுத்தங்கள் இல்லாத ஒரு மாலை நேரத்தில் (1988 அல்லது 1989ஆம் ஆண்டு) அவரைத் தேடிப் போனேன். திறந்திருந்த கதவின் முன் நின்று அழைத்தபோது ஒரு மாமி வந்தார். நான் பெயரைச் சொல்லிக் கேட்டேன். வீட்டினுள் வலப்புறமிருந்த பகுதியைக் காட்டினார். பிராமண வீடொன்றில் அப்போதுதான் முதன் முதலாக நுழைகிறேன். என்னை அறியாமலே தயக்கமும் அச்சமும் சூழ்ந்தன. சி.சு.செல்லப்பா இருந்த பகுதி இரண்டு அறைகளால் ஆனது. ஜன்னல்களோடு வெளியே முழுவதும் தெரியும்படியான முன்னறை. சமையலுக்கான சிறு உள்ளறை. மாமி அவரை அழைத்துச் சத்தமாக என் வரவைச் சொன்னார். அவருக்குச் சரியாகக் காதுகேட்காததால் சற்று உரக்கப் பேச வேண்டி யிருந்தது. அவரே சமையல் செய்துகொண்டு அவ்வீட்டில் தன்னந்தனியாக வாழ்ந்து வந்தார். உள்ளே வேறு இரு குடும் பங்கள் இருந்தன. அவருடைய தோற்றம் எனக்கு, மழையில் லாத ஆண்டில் விளைந்த பனங்கிழங்கை நினைவுபடுத்தியது. குரல் மட்டும் 'திண்'ணென ஒலித்தது. எழுத்தாளர்களைப் பற்றி மிகையான பிம்பம் வைத்துக் கொள்வதும் நேரில் அவர்களைச் சந்தித்தபின் அப்பிம்பம் சிதைந்து சிதறுவதும் எனக்கு வாடிக்கையாக நிகழ்ந்த சமயம். சி.சு.செல்லப்பாவின் பிம்பமும் முதல் சந்திப்பிலேயே நீரலை நிழல் போல அலை வுற்றது. அவருடைய செயல்களுக்கும் தோற்றத்திற்கும் சம்பந்தம் எதுவுமில்லாததுபோல எனக்குப்பட்டது.

முதியவருக்கே உரிய இயல்போடு நிறையப் பேசினார். ஐம்பதுகளில் வந்த சிற்றிதழ்கள் குறித்து விரிவாகச் சொன் னார். 'தீபத்'தில் தொடராக வந்து கொண்டிருந்த 'எழுத்து அனுபவங்களை' முழுமையாக எழுதிவிட்டதாகவும் நூலாக வெளியிடத்தான் இயலவில்லை எனவும் ஆதங்கப்பட்டார். நீளமும் அகலமும் கூடிய வேறுபட்ட வடிவிலான பெரிய குறிப்பேட்டில் தாம் எழுதி வைத்திருந்ததை ஆசையாக எடுத்துவந்து காட்டினார். எனக்கு 'எழுத்து' பற்றி இருந்த உணர்வுகளையும் எம்.ஃபில். ஆய்வுக்கு அவ்விதழ் பற்றிய விஷயத்தையே எடுத்துக்கொள்ள இருப்பதையும் மெல்லக் கூறினேன். பல்கலைக்கழக ஆய்வு பற்றி அவருக்கு என்ன மதிப்பிருக்குமோ, அசட்டை செய்து அனுப்பிவிடுவாரோ என்றெல்லாம் அஞ்சினேன். மாறாக வெகுவாகச் சந்தோசப் பட்டார். மிகுந்த உற்சாகத்தோடு என் விருப்பத்தை ஏற்றுக் கொண்டார். 'எழுத்து' இதழ் குறித்து என்னவெல்லாம் செய்ய முடியும் என்று விவரித்து, அவருடைய வீட்டிற்கே வந்து

இதழ்களைப் பார்வையிட்டுக் குறிப்புகள் எடுத்துக் கொள்ள லாம் என அனுமதி கொடுத்தார். மறுநாள் முதல் எந்த நேரத் தில் நான் வருவேன் என்பதைச் சரியாகச் சொல்லி விட்டால் அந்த நேரத்தில் எங்கும் செல்லாமல் வீட்டிலேயே இருக்க முடியும் என்றார். அதேபோல வர இயலாதபோது முன் கூட்டியே சொல்லிவிட வேண்டும் என்றும் கூறினார். எனக்கு மாலை நேரம்தான் வசதி என்று சொல்லி மறுநாள் முதல் வருவதாகக் கூறி மெல்ல விடைபெற்றேன். திரும்பும்போது இருட்டியிருந்தது. மின் விளக்கு வெளிச்சம். மக்கள் நட மாட்டம் மிகுதியாயிருந்தது. இலட்சியத்தின் சோகமும் இரக்க மும் பிணைந்த உருவாய் செல்லப்பா எனக்குள் நிழலாடிய படியே வந்தார்.

'எழுத்து' இதழைப் பற்றி என்ன ஆய்வு செய்வது என்னும் தெளிவு என்னுள் இல்லை. ஆனால் அவ்விதழ் பற்றித்தான் ஏதாவது செய்ய வேண்டும் என்ற வேகம் இருந்தது. கட்டடம் செய்யப்பட்ட 'எழுத்து' தொகுதிகளைப் புரட்டிப் புரட்டிப் பார்த்தேன். என்ன குறிப்பு எடுப்பதெனத் தெரியவில்லை. ஆவல் மீதூர அவற்றைப் புரட்டியபடியே அந்நாள் கழிந்தது. மறுநாள் சிறு தெளிவு கிடைத்திருந்தது. இதழில் வந்துள்ளவற்றைப் பட்டியல் எடுக்கத் தொடங்கி னேன். பட்டியல் எடுக்கும் முறையைச் சீர்படுத்தி அவர் ஆலோசனைகள் வழங்கினார். ஒரே தாளில் கட்டங்கள் போட்டுக்கொள்ளச் செய்து, அவற்றில் தலைப்புகளை எழுதிக் கொண்டால் சுலபமாக இருக்கும் என்றார். அதேபோலச் செய்தேன். தினந்தோறும் மாலை நேரம் அவர் வீட்டில் கழிந் தது. ஏதாவது வேலையாக இருந்தால் என்னிடம் அதிகம் பேச மாட்டார். இதழ்த் தொகுதியைக் கொடுத்துப் போய் விடுவார். உற்சாகம் தொற்றிக்கொள்கிற சமயத்தில் நிறையப் பேசுவார்.

அவருடைய சேகரிப்புகளைக் கண்டு வியந்து போனேன். ஆவணப்படுத்துவதில் அவருக்கு மிகுந்த ஆர்வம் இருந்தது. குப்பைகள் என்று பொதுநோக்கில் தள்ளிவிடக்கூடிய பலவற் றையும் அவருடைய சேகரிப்பில் காணமுடிந்தது. சின்ன வயதில் அவரே செய்த பஞ்சாலான குருவி, கிளி போன்ற பல பொம்மைகளைப் பத்திரமாக வைத்திருந்தார். அவற்றை மிகுந்த பெருமையோடு எடுத்து எடுத்துக் காட்டினார். காகிதத் தில் பலவிதமான டிசைன்கள் வரைந்திருந்தார். அவரும் அவர் தம்பியும் நூற்ற நூல் சுருணைகள் சிலவற்றையும் பாதுகாத்து வைத்திருந்தார். கைவினைப் பொருட்கள் மேல் அவருக்கிருந்த அலாதியான ஈடுபாடு இத்தகைய பொருட்கள் பலவற்றையும் சேகரிக்கும் வழக்கத்தை ஏற்படுத்தியிருந்தது போலும். இன்னொரு நாள் ஒரு கடிதத்தை எடுத்து வந்து

காட்டினார். அவர் பிறந்த செய்தியைத் தெரிவிப்பது அக்கடிதம். அவருடைய தாத்தா தம் மருமகனுக்கு (சி. சு. செல்லப்பாவின் அப்பாவுக்கு) எழுதிய கடிதம். அதுபோல இன்னொரு விசித்திரமான சேகரிப்பையும் காட்டினார். அவருடைய பல்லொன்று அது. விழுந்த பால் பல்லை ஆசையாய்க் காட்டும் சிறுவனைப் போல கையில் மூடிக்கொண்டு வந்து காட்டினார். கடைவாய்ப் பல். அப்பல் அவருடைய முப்பது வயதுக்கு மேல் முளைத்ததாம். மேல் நோக்கி வளராமல் கீழ் நோக்கி வளர்ந்துவிட்டதாம். அதனால் மிகவும் தொல்லைப்பட்டாராம். அறுவை சிகிச்சை செய்துதான் அதை வெளியே எடுத்தார்களாம். ஆச்சரியப்பட்டு 'இத எதுக்கு வெச்சிருக்கறீங்க?' என்றேன். சிரித்துக்கொண்டே இப்படிச் சொன்னார்: "இந்தப் பல்லு இருந்தப்பத்தான் நான் நல்ல நல்ல கதைகளெல்லாம் எழுதினேன்; இத எடுத்ததுக்கப்புறம் எழுதமுடியாம போயிருச்சு. இப்பக்கூட நல்லா எழுதணும்னா இத வாயில போட்டு அடக்கிக்கிட்டு எழுதுவன். அப்பத்தான் நல்லா வரும்." அவருடைய சிரிப்பில் கேலி கலந்திருந்தது. மற்றொரு நாள் கழுத்துப்பட்டை ஒன்றைக் காண்பித்தார். சுதந்திரப் போராட்டத்தில் ஈடுபட்டு அலிப்பூர் சிறையில் இருந்தாராம். அங்கே கைதிகளின் கழுத்தில் பட்டை ஒன்றைக் கட்டித் தொங்கவிடுவார்களாம். அதில் கைதியின் பெயர், எண் போன்ற விவரங்கள் குறிப்பிடப்பட்டிருக்குமாம். அந்தப் பட்டைதான் அவர் காண்பித்தது. சிறையிலிருந்து விடுதலையாகி வெளியே வரும்போது கைதி உடையைக் களைந்துவிட்டு நிர்வாணமாக நடந்து சென்றுதான் அவர்களுடைய உடையை எடுத்துக் கொள்ள வேண்டுமாம். அந்த நிலையிலும் எப்படியோ அந்தப் பட்டையைத் திருடிக் கொண்டு வந்துவிட்டாராம். எப்படி என்பது இப்போது அவருக்கு நினைவில் இல்லை. எனினும் ஆதாரமாகப் பட்டை இருந்தது. அதனைத் திருப்பித் திருப்பிக் காட்டி 'நான் ஜெயிலுக்குப் போகலேன்னு யாரும் சொல்ல முடியாது' என்று பெருமிதத்தோடு சொன்னார்.

இப்படியாகச் சில மாலைகள் கழிந்தன. பேசுவதற்கு அவரிடம் எத்தனையோ விஷயங்கள் இருந்தன. அவரைத் தொந்தரவு செய்யாத காதுகள்தான் அப்போது அவருக்குத் தேவையாக இருந்தன போலும். சில சமயங்களில் வியப்போடும் சில சமயங்களில் 'கிழப்புராணம் தாங்க முடியவில்லையே' என்று சலிப்போடும் அவற்றைக் கேட்டுக் கொண்டிருந்தேன். 'எழுத்து' இதழ்களின் உள்ளடக்கப் பட்டியல் தயாரிப்பிலிருந்து முன்னேறி சில கட்டுரைகள், கவிதைகள், கதைகளைப் படிக்கவும் ஆரம்பித்திருந்தேன். இன்னும் கொஞ்சம் கொஞ்சமாய் உள்ளே போக, எதுவேனும் பிடிபடும் என்று தோன்றியது.

ஒருநாள் மாலையில் வழக்கம் போல் போனேன். அறை பூட்டியிருந்தது. உள்வீட்டு மாமி 'எங்கயோ வேலயாய்ப் போனார். இப்ப வந்துருவார்' என்றார். வெளிக்கதவைக் கடந்துவந்து வாசலில் நின்றிருந்தேன். ஐந்து நிமிடம். பத்து நிமிடம். கால் மணி நேரமாயிற்று, அவரைக் காணோம். வாசலில் நிற்பதற்குக் கூச்சமாயிருந்தது. உள்ளே போய் மாமியிடம் சொல்லவும் தோன்றவில்லை. இன்றைக்குப் போகட்டும்; நாளைக்கு வந்து விடலாம் என நினைத்துக் கொண்டு கிளம்பிவிட்டேன். மறுநாள் சென்றேன். என்னைக் கண்டதும் அறைக் கதவைத் தாண்டி வெளியே வந்துவிட்டார். அவருடைய முகம் இறுகிக் கோபம் பொரிந்தது. "சித்த நாழி இருக்க முடியாதோ. இனி இங்க வரவேண்டாம் போ. மறைமலையடிகள் லைப்ரரியில எழுத்து வால்யூம்ஸ் இருக்கு. அங்க போய்ப் பாத்துக்கோ" என்று கத்தினார். எனக்கு எதுவுமே சொல்லத் தோன்றவில்லை. அந்த மாமி என்னவாவது தவறாய்ச் சொல்லியிருப்பாரோ என நினைத்தேன். எப்படி விளக்குவதென யோசித்தபடி அப்படியே நின்றிருந்தேன். உள்ளே போனவர் திரும்பி வந்து 'போ. போங்கறேன். வராதே' என்று கத்தினார். காரணமற்று இந்தக் கிழம் எதற்கு இப்படிக் கத்த வேண்டும்? 'காத்திருக்கப் பொறுமையில்லாத நீ என்ன ஆராய்ச்சி பண்ணிக் கிழிக்கப் போற' என்று உள்ளிருந்து சத்தம் போட்டார். அவருடைய தொனி நாயை விரட்டுவது போலிருந்தது. அர்த்தமற்ற கோபம் எரிச்சலூட்டியது. ஏதேனும் தயவாய்ப் பேச மனம் தயாரில்லை. கெஞ்சிக் கூத்தாடி இதில் ஒன்றும் ஆராய்ச்சி செய்ய வேண்டிய அவசியமில்லை என்று பிடிவாதத்திற்குப் பிடிவாதமாய் என் மனம் முறுக்கிக் கொண்டது. அப்போதைய என் இளம் துடிப்பு சிறு அசட்டையையும் தாங்கிக்கொள்ள இயலாததாய் இருந்தது. இனி என்ன நேர்ந்தாலும் 'எழுத்து' பற்றியோ சி. சு. செல்லப்பா குறித்தோ ஆராய்ச்சிக்கு எடுத்துக் கொள்ளக் கூடாது என்னும் முடிவுடன் ஒரு வார்த்தையும் பேசாமல் வேகமாகத் திரும்பி வந்துவிட்டேன்.

அதன்பின் சில நாட்களில் அவருக்குத் தமிழ்ப் பல்கலைக் கழகம் ரூ. 5000 பரிசு அறிவித்து அதைப் பெற அவர் மறுத்து விட்டார் என்னும் செய்தி வந்தது. 'போய்ப் பார்க்கலாமா' என ஒரு கணம் தோன்றியது. 'போ, வராதே' என்ற அவர் வார்த்தைகள் திரும்பத் திரும்பக் காதுகளில் வந்து நின்றன. பின்னொருபோதும் அவரைச் சந்திக்கச் செல்லவேயில்லை.

'காலச்சுவடு' 40, மார்ச்-ஏப்ரல் 2002

பல்கலைக்கழகத்தால் விளைந்த 'பெரும்பயன்'

கல்விப் புலம் சார்ந்த ஆசிரியர்கள், ஆய்வு மாணவர்கள் போன்றவர்களிடமோ நவீன இலக்கியப் பரிச்சயம் இல்லாதவர்களிடமோ யாரேனும் என்னை அறிமுகப்படுத்தும்போது, என்னுடைய நூல்களின் பெயர்களைக் குறிப்பிட்டுச் சொல்லி அறிமுகப்படுத்துவார்கள். கேட்பவர்களிடம் எவ்விதமான எதிர்வினையும் இருக்காது. அது ஒரு செய்தியே இல்லை என்பது போல முகபாவனை தோன்றும். அவர்களுடைய உலகுக்குள் என்னைப் பொருட்படுத்தி அங்கீகரிப்பதற்கு எந்த முகாந்திரமும் இல்லை. என்றாலும், அவர்களைச் சீண்டிப் பார்க்கும் மெலிந்த குரூரம் ஒன்று எனக்குள் தோன்றும். பேச்சோடு பேச்சாகச் சொல்லி விடுவேன். 'பாரதியார் பல்கலைக்கழகத்துல என்னோட 'ஏறு வெயில்' பாடமா வெச்சிருந்தாங்க' என்று. அதைக் கேட்டதும் அவர்களுடைய முகத்தில் வியப்பும் பெரும் பிரமிப்பும் உண்டாகும். பின், தகவல்ரீதியாகப் பலவற்றை விசாரிக்கத் தொடங்கிவிடுவர். 'எப்ப வெச்சிருந்தாங்க', 'எத்தன வருசம் வெச்சிருந்தாங்க', 'எந்தப் பட்டத்துக்கு வெச்சிருந்தாங்க' என்பவற்றோடு அப்போதுதான் 'அந்தநாவல் பேரென்ன?' என்பார்கள். என்னை எழுத்தாளனாக அங்கீகரிப்பதற்கும் பேச்சைத் தொடர்வதற்கும் இந்தச் செய்தி மிகுந்த உதவியாக இருக்கும். சில இடங்களில் உட்கார இருக்கை பெறுவதற்கும்கூட இதுதான் பயன்பட்டிருக்கிறது.

ஆம். 'ஏறுவெயில்' 1996ஆம் ஆண்டு பாரதியார் பல்கலைக்கழகப் பட்ட வகுப்புகளுக்குத் துணைப்பாட நூலாக வைக்கப்பட்டு இருந்தது. அந்தப் 'பேறு' கிடைப்பதற்கு வழக்கம்போலச் சில பின்புலங்கள் உண்டு. 'ஏறுவெயில்' 1991ஆம் ஆண்டு வெளிவந்தது. அப்போது நாவலைப் பற்றி எனக்குக் கருத்து எழுதிய தி.க.சி., தமிழகப் பல்கலைகழகங்களில் தமிழ்த்துறைத் தலைவர்களாக வீற்றிருந்த பேராசிரியர்களின் பெயர்களை எல்லாம் வரிசைப்படுத்தி எழுதிவிட்டு 'இவர்களுக்கெல்லாம் ஒவ்வொரு பிரதி அனுப்பி வையுங்கள். அதனால் உங்களுக்கு பெரும்பயன் விளையும்' என்று குறிப்பிட்டிருந்தார். சென்னைப் பல்கலைக்கழகத் தமிழ்த் துறையில் ஆய்வாளனாகச் சில ஆண்டுகள் இருந்தவனாதலால். அந்தப் 'பெரும்பயன்' என்ன என்பது எனக்குத் தெரியும். பேராசிரியர் சி. பாலசுப்பிரமணியன், மேடை தோறும், வகுப்புகள் தோறும் அவருடைய 'தமிழ் இலக்கிய வரலாறு' பாடமாக வைக்கப்பட்டதையும் அதன் மூலம் சம்பாதித்த பணத்தில் பெரிய வீடு கட்டியதையும் பலமுறை சொல்வார். பேராசிரியர்கள் மட்டுமல்ல. எழுத்தாளர்கள் பலருக்கும்கூட இந்தப் 'பெரும்பயன்' கிடைத்திருப்பதை அறிவேன். சமீப காலத்தில் தோப்பில் முகமது மீரானுக்கு அவ்வாறு விளைந்த பெரும் பயனையும் கேள்விப்பட்டிருக்கிறேன்.

ஆனாலும், தி.க.சி. குறிப்பிட்டிருந்த பேராசிரியர்களுக்கெல்லாம் நூலை அனுப்பி வைக்க எனக்கு விருப்பமில்லை. இரண்டு காரணங்கள். பேராசிரியர்களின் மனோபாவம் பற்றி எனக்குத் தெரியும் என்பது ஒன்று. இரண்டாவது, நாவலில் நான் 'இடக்கரடக்கலை'க் கையாளவில்லை என்பது. மழுங்கிய மொழியில் எழுதப்பட்ட புத்தகங்கள்தான் பல்கலைக் கழகங்களுக்குப் பெரு விருப்பம். கேள்வி பதில் உருவாக்குவதற்குத் தேவையான கூறுகள் இருந்தால் போதும். சிந்தனையை உண்டாக்காத நூல் என்றால் யாருக்கும் பிரச்சினையும் கிடையாது. 'அவையல் கிளவி' என்று எழுத்தில் ஒதுக்கப்பட்ட சொற்கள் 'ஏறுவெயிலில்' இயல்பாக வந்திருந்தன. இவற்றையெல்லாம் மனதில்கொண்டு சில பிரதிகளை வீணாக்க விரும்பாததால் யாருக்கும் அனுப்பவில்லை. அதற்குப் பின் பல்கலைக்கழகப் பாடத்திட்டம் பற்றிய யோசனையே வரவில்லை.

ஐந்தாண்டுகளுக்குப் பின், நான் இளங்கலை படித்த ஈரோடு சிக்கய்ய நாயக்கர் கல்லூரியின் தமிழ்த்துறைத் தலைவர் திரு.க.ரா. பழநிசாமி அவர்களிடமிருந்து ஒரு கடிதம் வந்தது. பன்னிரண்டோ, பதினைந்தோ படிகள் பாரதியார் பல்கலைக்கழகத்திற்கு அனுப்பி வைக்கும்படி எழுதியிருந்தார்.

நானும் நண்பர்களிடமெல்லாம் தேடிப்பிடித்துப் படிகளை அனுப்பி வைத்தேன். 'ஏறுவெயில்' பற்றி பூவண்ணன் தம்முடைய 'தமிழ் இலக்கிய வரலாறு' நூலில் குறிப்பிட்டு எழுதியிருந்தார் என்பதையும் நாவலைப் படிக்காமல் சுபமங்களாவில் வந்த மதிப்புரையை மட்டும் படித்துவிட்டு எழுதிய குறிப்பு அது என்பதையும் பூவண்ணனின் நூல் பல பல்கலைக்கழகங் களிலும் பல்லாண்டுகளாகப் பாடத்திட்டத்தில் வைக்கப்பட் டிருக்கிறது என்பதையும் செய்தியாக இந்த இடத்தில் சொல்லி வைக்கிறேன். இச்செய்திகளுக்கும் என்னுடைய ஆசிரியர் 'ஏறுவெயில்' படிகளைப் பல்கலைக்கழகத்தில் அனுப்பி வைக்கச் சொன்னதற்கும் ஏதேனும் தொடர்பிருக்கிறதா என்பது எனக்கு இதுவரைக்கும் தெரியாத விஷயம்.

மீண்டும் சில மாதங்கள் கழித்து அவரிடம் இருந்து கடிதம் வந்தது. குறிப்பிட்ட சில பட்ட வகுப்புகளுக்கு ஒரு பருவத்திற்கு மட்டும் 'ஏறுவெயில்' பாடநூலாகத் தேர்ந்தெடுக்கப் பட்டிருப்பதாகவும் 'படிகள் எளிதாகக் கிடைக்கும் வகையில் அச்சிட்டுக் கொள்ளவும்' என்றும் எழுதியிருந்தார். இன் னொன்றையும் குறிப்பிட்டிருந்தார். நாவலில் உள்ள சில கொச்சைச் சொற்களை நீக்கிவிட்டு பதிப்பிக்க வேண்டும் என்பது அது. மாணவப் பருவத்திலிருக்கும் கணிசமான இளைஞர்களை எனது நாவல் சென்றடையவும் எழுத்தின் மூலமாகக் கொஞ்சம் வருமானம் கிடைக்கவும் – அதாவது பெரும்பயன் – இது வழிவகுக்கும் என்பதில் மகிழ்ச்சி கொண் டேன். ஆனால் சொற்களை எடுத்துவிட்டுப் பதிப்பிப்பதில் உடன்பாடில்லை. ஆகவே அவரை நேரில் சந்தித்தேன். தமது மாணவனின் நூலைப் பாடத்திட்டத்தில் சேர்த்துவிட்ட மகிழ்ச்சி அவருடைய பேச்சில் தெரிந்தது. மற்றபடி சொற் களைப் பற்றி அவர் அதிகமாக அலட்டிக்கொள்ளவில்லை. அப்போது பாரதியார் பல்கலைக்கழகத் தமிழ்த்துறைத் தலை வராக இருந்த சிற்பி பாலசுப்பிரமணியன் பாடத்திட்டக் குழுவில், 'ஏறுவெயிலில் இது மாதிரி சொற்கள் இருக்கிறதே'... என்று தயங்கினார் என்பதை அறிந்தேன். அதற்கு 'அத்தகைய சொற்களை நீக்கிவிட்டுப் பதிப்பிக்கச் சொல்கிறேன்.' என்று எனது ஆசிரியர் உறுதி கொடுத்ததையும் அறிந்தேன். அவரே வழிமுறையும சொன்னார். 'கெட்ட வார்த்தைகள் வருமிடங் களில் மட்டும் அந்த வார்த்தைகளை நீக்கிவிட்டுப் புள்ளி வைத்துவிடலாம்' என்பது அது. சில நாட்களில் பல்கலைக் கழகம் சென்று சிற்பியையும் சந்தித்தேன். பல்கலைக்கழகத் திற்கு உட்பட்ட கல்லூரிகளின் பெயர்களைக் கொண்ட பட்டியல் ஒன்றை அவர் கொடுத்தார். 'பெரும்பயன்' பற்றி யான கனவும் கொஞ்சம் வந்து சேர்ந்தது.

விடியல் பதிப்பக வெளியீடாக முதலில் இரண்டாயிரம் படிகள் அச்சிட்டோம். அச்சிடும்போது பிரச்சினைக்குரியதாக இருக்கும் என்று நான் கருதிய, இரண்டு இடங்களில் வரும் ஆண்குறியைக் குறிக்கும் சொல்லை மட்டும் நீக்கிவிட்டுப் புள்ளிவைத்தேன். வேறெந்த மாற்றமும் செய்யவில்லை. கோவை, ஈரோட்டில் உள்ள கடைகள் பலவற்றிலிருந்தும் 'இத்தனை பிரதிகள்' என்று கேட்டுக் கடிதங்கள் வந்தன. கோவையில் ஒரு கடையில் மட்டும் ஆயிரம் படிகள் கேட்டிருந்தார்கள். அது போகப் பல கல்லூரிகளிலிருந்தும் கடிதங்கள் வந்தன. அவை கொடுத்த உற்சாகத்தில் இன்னும் ஆயிரம் படிகள் அச்சிட்டோம். தொடக்கம் எல்லாம் நன்றாகத்தான் இருந்தது. கொஞ்சம் கொஞ்சமாகத்தான் எதிர்வினைகள் வெடிக்கத் தொடங்கின.

நூல் ஆபாசமாக இருக்கிறது என்று சொல்லி வாங்கிய அத்தனை படிகளையும் பேரூர் மடத்தின் தமிழ்க்கல்லூரி திருப்பிக் கொடுத்துவிட்டது. பெண்கள் கல்லூரிகளில் இருந்து கடுமையான சாடல்கள் வந்தன. அவர்களின் இலக்கு என்னை விடவும் இந்நூலைப் பாடத்திட்டத்தில் சேர்த்த குழுவினரை, குறிப்பாக என்னுடைய ஆசிரியரையே தாக்கின. பண்பாடு போற்றும் தமிழ்க் காவலர்களிடமிருந்து ஆபாசமான அர்ச்சனைகள் கடிதங்களாக எனக்கு வந்தன. அவர்கள் என்னுடைய நாவலை ஆபாசம் என்று கூறியதுதான் ஆச்சரியம். நான் எவருக்கும் நேரடியாகப் பதில் சொல்ல வேண்டியிருக்கவில்லை. ஆனால் என்னுடைய ஆசிரியர் பதில் சொல்லவேண்டிய சங்கடத்தில் தவித்திருக்கிறார். அப்போதுதான் சொற்களைப் பற்றிய முழு உணர்வு அவருக்கும் வந்திருக்கிறது. அவர் சொன்னாராம், 'சில பகுதிய எல்லாம் மாத்தித் தான் எழுதச் சொன்னன். முருகன் செய்யல' என்று. எப்படி இருப்பினும் என்னால் அவருக்கு ஏற்பட்ட சங்கடத்தைப் போக்க என்னால் எதுவும் செய்ய முடியவில்லை. இதற்கெல்லாம் காரணம் சிற்பிதான் என்று ஒரு கோஷ்டி அவரையும் கேவலப்படுத்திப் பேசிக்கொண்டிருந்ததையும் அறிந்தேன்.

இந்நிலையில் புத்தக விற்பனை பற்றிய பயம் தொற்றிக் கொண்டது. ஐந்து ஆண்டுகளுக்குள் இரண்டாவது பதிப்பை வாங்கத் தமிழ் வாசகர்கள் தயாராக இருக்கமாட்டார்கள் என்பது தெரிந்த செய்தி. என்ன செய்வது? முன்பே ஆர்டர் கொடுத்திருந்த பல கல்லூரிகள் நூல் வேண்டாம் என்று கடிதம் எழுதின. ஆயிரம் படிகள் கேட்டிருந்த கோவையைச் சேர்ந்த கடை 'வேண்டாம்' என்று கூறிவிட்டது. சுயநிதிக் கல்லூரி ஒன்றில் வேலைபார்த்த எனது நண்பர், 'விலை அதிகமாக இருப்பதால் மாணவர்கள் வாங்கத் தயங்குகிறார்

கள்' என்று எழுதி, வாங்கிய படிகளைத் திருப்பி அனுப்புவதாகக் குறிப்பிட்டிருந்தார். படிகள் மிஞ்சிப்போகும் என்பது உறுதியாகிவிட்டது. அச்சுச் செலவுக்கான பணமாவது திரும்புமா? சந்தேகம் தான்.

நம் சமூகம் இத்தனை கறாராகக் 'கெட்ட வார்த்தைகளை' எழுத்தில் கொண்டு வரக்கூடாது என்பதில் கவனமாக இருக்கிறதே என்னும் வியப்பு தோன்றியது. பண்பாடு காப்பாற்றும் போலித்தனம் பற்றியெல்லாம் புலம்பல்கள் என்னிடமிருந்து வெளிப்பட்டன. ஏறுவெயிலில் இருந்த 'கெட்ட வார்த்தைகள்' தாம் நூல்விற்பனையைப் பாதிக்க முழுக் காரணம் என்று நம்பியிருந்தேன். ஆனால் அது இரண்டாம் காரணம்தான் என்பதையும் முதன்மைக் காரணம் வேறொன்று என்பதையும் ஈரோட்டில் ஒரு கடைக்குப் பணம் வாங்கச் சென்றபோது தெரிந்து அதிர்ந்தேன். 'இது வந்ததுக்கப்புறம் புத்தகம் வாங்கலீங்க' என்று சொல்லி சிறு வெளியீடு ஒன்றை எடுத்து நீட்டினார்கள். 'இது ஓர் இலவச வெளியீடு' என்னும் அறிவிப்போடு 'கோனார் தமிழ் உரை நூல்' என்பதாகும் அது. 24 பக்க அளவில் காணப்பட்ட அவ்வுரை ஏறுவெயிலைக் கேள்வி பதிலாக்கி இருந்தது. நாவலுக்குச் சுகுமாரன் எழுதியிருந்த முன்னுரை வரிகளிலிருந்தே கேள்விகள் உருவாக்கப்பட்டிருந்தன. 'நமது காலத்தின் தவிர்க்க இயலாத மாற்றம் ஒன்று ஏறுவெயில் நாவலின் கதைப்பொருளாவதை எடுத்துக்காட்டுக' என்பதிலிருந்து 'நாவலாசிரியர் பெருமாள் முருகனின் மொழிநடை, வருணனைத்திறன் ஆகியவற்றை விளக்கி வரைக.' 'ஏறுவெயில்' புதினத்தின் சிறப்புகளை விளக்கி ஒரு கட்டுரை வரைக' என்றெல்லாம் உருவாக்கப்பட்ட ஏழு கேள்விகள் பதில்கள். பதில்களைப் பற்றித் தனியாக எழுத வேண்டும். இங்கு அதுவல்ல பிரச்சினை. கோனாரின் இலவச வெளியீடு தான் புத்தகத்தின் விற்பனையை அப்படியே முடக்கிவிட்டது. ஏறத்தாழ அச்சிட்டதில் பாதி அளவு படிகள் விற்பனையாகவில்லை. கெட்ட வார்த்தைகளை அச்சில் பார்க்க வேண்டியதில், படிக்க வேண்டியதில் இருந்த பண்பாட்டுப் பிரச்சினையைக் கோனார் எளிதாகத் தீர்த்துவிட்டார். ஒரு பைசா செலவு இல்லாமல்.

எனக்குப் பல்கலைக்கழகத்தால் விளைந்த பெரும்பயன் இப்படியாக முடிவுற்றது.

'ஆரண்யம்' சித்திரை - ஆனி 2001

✧ ✧

தீர்க்கப்படாத சாபம்

என் தந்தை எட்டு ஆண்டுகள் திரைப்படக் கொட்டகை ஒன்றில் கடை வைத்திருந்தார். அப்போது நான் பள்ளி மாணவன். பெரும்பாலான நாட்கள் முன்னிரவு முழுக்க அங்கே வேலை இருக்கும். முதல் ஆட்டம் முடியும்வரை இருந்து வேலைகளைச் செய்துவிட்டு வீட்டுக்கு வருவேன். தந்தை அழைக்காத நாட்களிலும் கூட நானாகச் செல்வதுண்டு. காரணம், திரைப்படங்கள் பார்ப்பதில் மிகுந்த ஈடுபாடு இருந்தது. சில படங்களை விரும்பி நான்கைந்துமுறை பார்க்க வாய்த்தது. பிடித்த காட்சிகளைத் திரும்பத் திரும்பப் பார்க்கவும் முடிந்தது. அக்கொட்டகையில் பழைய படங்கள், மிகப் பழைய படங்கள் ஆகியவையே அதிகம் திரையிடுவார்கள். தீபாவளி, பொங்கல் உள்ளிட்ட பண்டிகைக் காலங்களில் புதுப்படங்கள் திரையிடுவதும் உண்டு. அப்போது துண்டறிக்கை தயாரித்து ஆட்டோவில் ஊர் முழுக்க விநியோகிப்பார்கள். அங்குத் திரையிடப்பட்ட எல்லாப் படங்களையும் பார்த்திருக்கிறேன். கிட்டத்தட்ட ஐந்நூறு படங்களை அக்கொட்டகையில் மட்டுமே பார்த்திருப்பேன். அவை எனக்குள் என்ன விளைவுகளை ஏற்படுத்தினவோ தெரியவில்லை. ஆனால் அங்கே திரையிடப்பட்டும் பார்க்க இயலாத காட்சி தான் எனக்குள் வெகுநாள் வரைக்கும் குறையாகவே இருந்தது.

அக்கொட்டகையில் தொடக்கத்தில் மூன்று காட்சிகள் மட்டும் நடைபெறும். பின்னர் சனி, ஞாயிறுகளில்

காலைக் காட்சியும் ஓட்டினார்கள். காலைக்காட்சிக்கு மட்டும் ஒரு மாதிரியான மலையாளப் படங்கள் போடப்பட்டன. 'கொடூரக் காமுகன்', 'அஞ்சரைக்குள்ள வண்டி', 'அர்த்தஜாமப் பூஜை', 'கானக சுந்தரி', 'தம்புராட்டியின் ராத்திரிகள்' போன்ற தலைப்புள்ள அப்படங்களின் சுவரொட்டிகள் பெருங்கூட்டத்தைக் கொட்டகைக்குக் கொண்டுவந்தன. ஒரு படம் மூன்று அல்லது நான்கு நாட்கள் மட்டும்தான். நிரந்தரமான பார்வையாளர்கள் அப்படங்களுக்கு இருந்தபடியால் அடிக்கடி மாற்ற வேண்டியிருந்தது. படம் என்பது பெயரளவுக்குத் தான். படத்தின் இடைவேளைதான் முக்கியம். இடைவேளை முடிந்து படம் ஆரம்பிக்கும் முன் ஓரிரு துண்டுக்காட்சிகள் காட்டுவார்கள். அக்காட்சியைப் பார்ப்பதற்குத்தான் கூட்டம். காலைக் காட்சிக்கு மட்டும் இடைவேளை வரை டிக்கெட் கொடுத்துக் கொண்டேயிருப்பார்கள். இடைவேளை விடும் நேரம் பார்வையாளர்களுக்குத் தெரியும். அதைக் கணக்கு வைத்து வந்து சேர்வார்கள். அந்த இடைவேளைக் காட்சி முடிந்ததும் கொட்டகையே காலியாகிவிடும். பெரும்பாலும் அத்தோடு காட்சியே நிறுத்தப்படும். ஓரிருவர் படம் முழுக்கப் பார்த்தே தீருவோம் என்று கங்கணம் கட்டிக்கொண்டு உட்கார்ந்திருந்தால் வேறு வழியில்லாமல் ஓட்டப்படும். 'அடப் போங்கையா' என்று அவர்களை விரட்டிவிட்டுப் படத்தை நிறுத்துவதுமுண்டு. மற்ற மூன்று காட்சிகளிலும் சேர்ந்துவரும் வருமானத்தைவிடவும் இந்த ஒரு காட்சியில் கூடுதல் வருமானம் என்று சொல்லுவார்கள்.

இடைவேளை முடிந்ததைக் குறிக்கும் மணி அடித்தவுடன் ரசிகர்கள் மட்டுமல்ல, அங்கு வேலை செய்யும் பையன்கள், கடைக்காரர்கள் எல்லாரும் உள்ளே ஓடிவிடுவார்கள். நான் ஒருவன்தான் கடையருகில் நின்றிருப்பேன். ஆளற்ற பாலையில் ஒற்றையாகத் தவிக்கும் மனநிலை. மற்றவர்கள் பேச்சிலிருந்து உள்ளே ஓடும் காட்சிகள் பற்றிய உணர்வு வந்திருந்தது. அதைக்கொண்டு என்ன விதமாகக் கற்பனை செய்தாலும் பார்ப்பதுபோல் வருமா? நான் போய்ப் பார்க்க இரண்டு தடைகள் இருந்தன. குடும்பத்தினரிடமும் நண்பர்களிடமும் என்னைப் பற்றி ஏற்பட்டிருந்த பிம்பங்களைக் காத்துக் கொள்ளவேண்டிப் பூட்டிக்கொண்ட ஒழுக்கக் கவசம் ஒன்று. நேரடியாக இல்லாமல் பின்னிருந்து என்னைக் கண்காணிக்கும் என் அப்பா இன்னொரு தடை. இதற்காக அங்கே வேலை செய்யும் பையன்கள் எல்லாம் என்னைப் பலவிதமான கேலிக்கு உட்படுத்துவார்கள். பெரிய மகான்போல முகத்தை வைத்துக்கொண்டு என்னை நியாயப்படுத்திக் கொள்வதற்காக, 'ஆமா. அதப் பாத்து என்ன வருது?' என்

பேன். 'அதுசெரி. பாத்து என்ன வரும். செஞ்சாத்தான்' என்று சொல்லிக் கும்பலாகச் சிரிப்பார்கள். இந்த அவமானத்தைத் தவிர்ப்பதற்காக அது பற்றிய பேச்சு வரும்போதே கழன்று கொள்வேன்.

ஆனால் பார்க்க இயலாத அந்தப் படக்காட்சிகள் என்னுள் ஏக்கமாக நிரம்பி இருந்தன. கல்லூரியில் படிக்கும் காலத்திலும் அதற்கான வாய்ப்புகள் கிடைக்கவில்லை. எனக்கு வாய்த்த நண்பர்கள் எல்லாம் என்னைவிடவும் ஒழுக்க சீலர்களாக இருந்து தொலைத்தார்கள். ஆகவே ஏக்கம் நிரந்தர ஏக்கமாகிப்போனது.

சென்னைக்குச் சென்றபின் இப்படிப்பட்ட படங்கள் பார்ப்பதற்கான சில வாய்ப்புகள் வந்தன. அப்போது நான் தொடர்புகொண்டிருந்த அரசியல் இயக்கக்கொள்கைகள் எனக்கு முட்டுக்கட்டையாக இருந்தன. பலர் சேர்ந்து தங்கியிருந்த அறை ஒன்றில், ஓரிருமுறை தொலைக்கட்சிப் பெட்டியை வாடகைக்குக் கொண்டுவந்து நீலப்படங்கள் திரையிடப்பட்டன. அப்படிப்பட்ட நாட்களில் நானும் உடனிருந்த தோழர் சங்கரும் வேறெங்காவது தங்கிவிட்டு மறுநாள் தான் அறைக்கு வருவோம். அப்படிப்பட்ட கட்டுப்பாட்டை உறுதியாகப் பின்பற்றியதற்கு என்னுள் எழுந்த தார்மீகரீதியான கேள்விகள் காரணம். 'மன ஓசை' இதழில் தீவிரமாக எழுதிக் கொண்டிருந்த சமயம் அது. முதலாளித்துவம் திட்டமிட்டு உருவாக்கும் கலாச்சாரச் சீரழிவுகள் பற்றிக் கட்டுரை எழுதிக்கொண்டு, ஆபாசப் படத்தைப் பார்த்தால், அது என்ன நியாயம்? வாழ்க்கையிலிருந்துதான் இலக்கியம் உருவாகிறது என்று பேசிக்கொண்டு வாழ்க்கை வேறாகவும் எழுத்து வேறாகவும் இருக்கலாமா? நம்மால் கடைப்பிடிக்க முடியாத ஒன்றை மற்றவர்கள் கடைப்பிடிக்க வேண்டும் என்று வலியுறுத்துவது எப்படி? போகிப்பண்டிகை நாளில் ஆபாசச் சுவரொட்டி எதிர்ப்புப் போராட்டம் நடத்தும் நாம், அதற்கு எதிரான செயலில் ஈடுபடலாமா?– முதலிய கேள்விகள் ஆக்ரோஷமாக எழுந்து என் ஆர்வத்தைத் தடுக்கும். கொள்கை – நடைமுறை இரண்டுக்கும் இடையே வேறுபாடு கொண்டவர்களைக் கடுமையாகத் தாக்கும் இயக்கம் சார்ந்திருக்கும்போது அதற்குக் குறைந்தபட்ச விசுவாசம் காட்ட வேண்டுமல்லவா? தோழர்கள் எல்லாம் தவயோகிகள் என்று கருதிக்கொண்டிருந்தேன். அவர்களுக்கிடையில் புல்லுருவியாக மாறுவதா? அந்தச் சமயத்தில் விளம்பரங்களில் ஆண் உடலைப் பயன்படுத்தும் விதம் குறித்து 'ஆண் கவர்ச்சி' என்றொரு கட்டுரை எழுதியிருந்தேன். அதற்குப் பலவிதமான பாராட்டுகள். இவையெல்லாம் சேர்ந்து என்னைத் தடுத்து வைத்திருந்தன.

மாத நாவல்களைப் பற்றி ஒரு கட்டுரை எழுத வேண்டு மென்றால் அவற்றைப் படிக்காமல் எழுத முடியுமா? என்ன இருக்கிறது என்று தெரிந்து கொண்டால்தானே அதை விமர் சிக்க முடியும்? என்கிற மாதிரி எதிர்த் தருக்கமும் எழும். ஆசையை நிறைவேற்றிக்கொள்ள உருவாக்கும் சாக்கு இது என்பது வெளிப்படையாகத் தெரியும். ஆகவே படம் போடும் நாட்களில் கறாராக வெளியேறி ஓடி விடுவோம். 'பார்க்க வேண்டும்' என்னும் ஏக்கம் மட்டும் தீராத நோய் போல ஒருபக்கம் அரித்துக்கொண்டே இருந்தது. பின்னும் ஓரிரு ஆண்டுகள் கழிந்தன.

அப்போது தென்சென்னையில் ஆலந்தூர் பகுதியில் தங்கியிருந்தோம். 'மனஓசை' இதழ் நிறுத்தப்பட்டுவிட்டது. நான் சார்ந்திருந்த இயக்கம் அரசியல் நிலைப்பாடுகளில் பெரும் மாற்றம்கொண்டு விவாதத்தில் ஈடுபட்டிருந்தது. என் னுடைய வேறு சில செயல்கள் இயக்கத்திற்குப் பிடிக்காமல் போயின. என்னுடைய அடுத்தக்கட்ட இயக்கம் பற்றிய குழப்பங்கள் ஆக்கிரமித்திருந்தன. என்ன செய்வது என்றே தெரியவில்லை. இலக்கியம் பற்றிய நம்பிக்கையைப் புனர மைத்துக்கொள்ள வேண்டியிருந்தது. அந்த நாட்களில் ஆலந் தூரில் ராமகிருஷ்ணா தியேட்டர் இருந்தது. (இப்போது அதன் பெயர் மாறியிருக்கிறது). அதில் பெயருக்கேற்ற 'பக்திப் படங்கள்' போடுவது வழக்கம். ஆகவே அந்தத் தியேட்ட ருக்குச் செல்வதேயில்லை. ஆலந்தூர் 'மதி' தியேட்டரில்தான் படம் பார்ப்போம். அதில் மிகப் பழையதும் அல்லாத புதியதும் அல்லாத இடைப்பட்ட படங்களைத் திரையிடுவார்கள்.

ஓர் ஆங்கிலப் புத்தாண்டு தினம். அறை நண்பர்கள் எல்லோருக்கும் விடுமுறை. விடுமுறை நாளில் பலவிதமாகவும் சுவையாகவும் சமைத்துச் சாப்பிடுவோம். மதிய உணவு முடிந்ததும் நண்பர் ஒருவர் அந்த யோசனையை முன் வைத் தார். முதல் ஆட்டத்திற்கு ராமகிருஷ்ணா தியேட்டருக்குப் போகலாம் என்பதுதான் அது.

யாருக்கும் மறுப்பிருக்கவில்லை. எனக்கும்தான். 'காம லீலைகள்' என்கிற மாதிரி முடியும் சற்றே நீளத் தலைப்புள்ள படம் என்று சுவரொட்டிகள் சொல்லின. மலையாளப் படம். விடுமுறை தினமாகையாலும் அன்றுதான் அந்தப் படம் போட்டதாலும் பெரும் கூட்டம் அலை மோதியது. கட்டண வேறுபாடு கிடையாது. ஒரே அளவு. எங்கே வேண்டுமானா லும் உட்கார்ந்துகொள்ளலாம். திரைக்கு முன்னால் இடம் பிடிக்கத்தான் போட்டியாயிருந்தது. இடம் பிடித்து உட்கார்ந்து கொண்டோம். எங்கெல்லாம் நிற்க முடியுமோ அங்கெல்லாம் பலர் நின்றுகொண்டிருந்தனர்.

படத்தின் கதையில் தொடர்ச்சியைக் காண முடிய வில்லை. ஆனால் சுமாரான கதையுள்ள படம் என்பதாய்த் தோன்றியது. நிறைய வெட்டுகள். நேரத்தைக் குறைப்பதற்காகச் செய்திருந்தார்கள். படத்தில் ஏதாவது பெண் தோன்றினால் போதும். ரசிகர்களிடமிருந்து ஒரே கத்தல். பெண்கள் சாதா ரணமாக வந்துபோய்க்கொண்டிருந்தார்கள். எதிர்பார்ப்புக்கு ஏற்றபடி ஒன்றும் நிகழவில்லை.

இடைவேளை வந்தது. கூட்டம் அதிகமாக வெளியே போகவில்லை. எழுந்துபோனால் இடம் பறிபோய்விடும் என்பதாலும் இடைவேளை முடிந்ததும் போடப்போகும் காட்சியை முதலிலிருந்து பார்க்கவேண்டும் என்பதாலும் கூட்டம் கலையவில்லை. கடைக்காரர்களுக்கு வெளியே வியாபாரமில்லை. உள்ளேதான். இடைவேளை முடிகிற மணி அடித்தது. கூட்டம் திமுதிமுவென்று உள்ளே புகுந்துகொண் டது. படம் தொடர்ந்தது. படத்திற்குத் தொடர்பற்ற காட்சி எதுவும் இல்லை. கத்தல், விசில் சத்தம். எல்லாம் ஐந்து நிமிடம் நீடித்தது. படம் பாட்டுக்கு ஓடிக்கொண்டிருந்தது. எதிர்பார்த்த காட்சி எதுவும் இல்லை.

படம் முடிவதற்குள் ஏதாவதொரு இடத்தில் போட்டு விடுவான் என்னும் எதிர்பார்ப்பில் கூட்டம் அப்படியே இருந்தது. நிமிடங்கள் கரைந்தன. படம் அதன் கதையோட் டத்தில் சீரியஸாகப் போய்க்கொண்டே இருந்தது. முணு முணுப்புகள். கத்தல்கள். அப்புறம் லேசான களைதல். ஓரள வுக்குக்கூட்டம் வெளியேறிவிட்டது. இன்னும் நம்பிக்கையோடு காத்திருந்தவர்களில் நாங்களும். நேரம்தான் போனதே தவிர ஒன்றும் நிகழவில்லை. நாங்களும் சலித்துப்போய்ப் போகலாம் என்றெழுந்தோம். இருந்தவர்களில் பெரும்பாலானோர் எழுந்து விட்டனர். கதவை நோக்கிப் போனாம்.

படத்தில் ஒரு காட்சி: விடுதி அறை. கதாநாயகி தங்கி யிருக்கிறாள். வில்லன் வந்து அறைக்கதவைத் தட்டுகிறான். கதாநாயகன்தான் என்று நினைத்து அவள் கதவைத் திறக் கிறாள். வில்லன் சட்டென உள்ளே நுழைந்துவிடுகிறான். கதாநாயகிக்கும் வில்லனுக்கும் போராட்டம். அவளை விரட்டி விரட்டிச் சேலையை உருவுகிறான்.

கதவு நோக்கிப்போன கூட்டம் முழுவதும் திரும்ப ஓடி வந்து அமர்ந்து கொண்டது. கதவுக்கு வெளியே போனவர் களும் என்னவோ ஏதோ என்று ஓடிவந்து உட்கார்ந்துகொண் டார்கள்.

காட்சி: அறை முழுக்கக் கதறிக்கொண்டு கதாநாயகி ஓடுகிறாள். வில்லன் விடாமல் துரத்தித் துகிலுரிகிறான். அவள் பாவாடை ரவிக்கையுடன். ரவிக்கையின் கைப்பகுதியில் லேசான கிழிசல். முதுகுப்பகுதி ரவிக்கையைப் பற்றி இழுக்கிறான். ரவிக்கை முற்றிலுமாகக் கிழியும் கணத்தை எதிர்பார்த்துக் கூட்டம் என்னமாய் ரசித்துப்பார்க்கிறது. பாலியல் பலாத்காரக் காட்சியில் அந்தப் பெண்ணின் முகமும் ஓலமும் யாருக்கும் பதியவே இல்லை. தியேட்டருக்குள் அப்படி ஓர் அமைதி. தியேட்டருக்குள் நாங்கள் எல்லோரும். எல்லோர் பார்வையும் அவள் மேல்.

காட்சி: முதுகுப் பகுதி ரவிக்கையை இழுக்கிறான். அது கிழிபடவில்லை.

அந்தச் சமயத்தில் படியேறி வருகிறான் கதாநாயகன்.

கதாநாயகன் வருகையை அப்போது யார் விரும்புகிறார்கள்? அவனுக்கு எதிர்ப்புத் தெரிவித்து ரசிகர்களின் ஆர்ப்பாட்டம். நேரேவந்து இருந்தால் அவன் கொலை செய்யப்பட்டிருக்கக் கூடும்.

காட்சி: கதாநாயகன் கதவை உடைத்துக்கொண்டு உள்ளே புகுந்து வில்லனைப் புரட்டுகிறான். சண்டை.

கூட்டம் சோகத்தோடு முனகிக்கொண்டு வெளியேறத் தொடங்கிவிட்டது. எங்களுக்கு மட்டும் அங்கே என்ன வேலை?

என் ஏக்கம் தீர்க்கப்படாத சாபம் போலாக, அதுவும் இப்படி முடிந்து போயிற்று.

'காலச்சுவடு' 42, ஜூலை - ஆகஸ்ட் 2002

பாட்டுக்குத்தான் மெட்டு

நான் ஏழு அல்லது எட்டாம் வகுப்பு படித்துக் கொண்டிருந்தபோது எனக்கு வானொலி அறிமுகமானது. சின்ன 'ரேடியோ பொட்டி' ஒன்றை வேறொரு வரிடமிருந்து எதேச்சையாக வாங்க நேர்ந்தது. அது என் கைக்கு வந்ததிலிருந்து ஆறேழு ஆண்டுகள் இலங்கை வானொலியின் தீவிரக் காதலனாக மாறிப்போனேன். காடுமேடுகளிலெல்லாம் அந்தப்பெட்டி என்னோடு வந்தது. திரைப்பாடல்களை வைத்துக்கொண்டே விதவிதமான நிகழ்ச்சிகளை இலங்கை வானொலி கொடுக்கும். பாடல் பொருள், பாடுவோர், பாடலாசிரியர், மெய்ப்பாடு, இசை ஆகியவற்றை மையமாகக்கொண்டு நிகழ்ச்சிகளுக்குப் பெயர் சூட்டும் அழகே கவரும். சொற்களில் ஏற்ற இறக்கம், உணர்ச்சி பாவமின்றி அறிவிக்கும் தமிழக வானொலிக்கும், நேரடியாக நம்மோடு உரையாடும் இலங்கை வானொலிக்கும் இடையேயான வேறுபாட்டைச் சொல்ல உவமையில்லை.

எந்த வேலையில் ஈடுபட்டிருந்தாலும், அது எத்தகைய இடமாக இருப்பினும் ஒருபக்கம் பாட்டு ஒலித்துக்கொண்டே இருக்கவேண்டும். ரொம்பவும் பழைய பாடல்களாக இருந்தால் அதன் மீது ஈர்ப்பு கூடும். பாடலின் படம், பாடியோர், பாடலாசிரியர், இசையமைப்பாளர் ஆகிய விவரங்களைத் தெரிந்து கொள்வதில் மிகுந்த ஆர்வம். என் வகுப்பு நண்பர்கள் சிலரும் இதில் விருப்பத்தோடு இருந்தார்கள். அவர்களைவிடக் கூடுதலான விவரம் எனக்குத் தெரியும்

கரித்தாள் தெரியவில்லையா தம்பீ...

எனக் காட்டிக்கொள்வேன். குரலைக் கேட்டதுமே அது யாருடையது என்று கண்டுபிடிப்பது எனக்கு வெகுசுலபம். அந்தத் திறமையை என் நண்பர்கள் அங்கீகரித்தது மகிழ்ச்சியைக் கொடுத்தது. ஒவ்வொருவருடைய குரலின் தனித்தன்மையை வேறுபடுத்திக் காண மிகுந்த பிரயாசை எடுத்துக் கொள்வேன். பி. சுசீலா, எல். ஆர். ஈஸ்வரி, ஜிக்கி, ஜமுனா ராணி ஆகியவர்களின் குரல்களை மட்டுமல்ல, லீலா, ஏ. பி. கோமளா, பெரியநாயகி, எம். எல். வசந்த குமாரி முதலியோரின் குரல்களைக்கூட என்னால் கண்டுபிடிக்க முடியும். பிரபலமில்லாத, அதிகம் பாடாத பாடகர்களின் குரல்களும் கூட எனக்குத் தெரியும். மெட்டு, இசையைக்கொண்டு எம். எஸ். சுப்பையா நாயுடுவா, ஜி. ராமநாதனா, விஸ்வநாதன் ராமமூர்த்தியா என்றுகூடச் சொல்ல முடியும்.

இதற்கெல்லாம் முக்கிய காரணம் இலங்கை வானொலிதான். கொஞ்சகாலம் அதன் ஒலிபரப்பு இரவிலும் தொடர்ந்தது. இரவு பத்து மணிக்கு மேல் 'தூக்கமும் கண்களைத் தழுவட்டுமே' போன்ற மென்மையான பாடல்கள் ஒலிக்கும். அவற்றையெல்லாம் கேட்டுவிட்டு வானொலி மூடப்படும்போதுதான் தூங்குவேன். எக்கச்சக்கமான பாட்டுப் புத்தகங்களையும் வாங்கிக் குவித்தேன். அந்த வயதில் கிட்டத்தட்ட அது ஒரு பைத்தியம் போலத்தான்.

இப்போது யோசிக்கும்போது, பாடலின் ராகம், இசையை விடவும் வரிகள்தான் எனக்கு முக்கியமானவையாக இருந்தன என்று தோன்றுகிறது. ஏனென்றால், அப்போதைய என் கனவு எதிர்காலத்தில் திரைப்படப் பாடலாசிரியன் ஆக வேண்டும் என்பதுதான். புதிய வரிகளை நானாக உருவாக்கிப் பாடல்களின் மெட்டில் பொருத்துவது எனக்குப் பிடித்த வேலை. பாடல் ஒலிக்கும்போது என்னுடைய வரிகளைக் கொண்டு நான் பாடுவேன். வரிகள் சரியாகப் பொருந்தும் வரை மாற்றி மாற்றிச் சொற்களைப்போட்டு நிறைவு செய்தால்தான் திருப்தி. வாய்க்கு வரும் 'தத்தகாரங்களை' திரும்பத் திரும்பச் சொல்லி அதை ஒரு மெட்டுப் போலப் பாவித்து அதற்கேற்பப் புதுப்பாடல்களை உருவாக்குவேன்.

எனது கவிதைக் குறிப்பேடுகளில் ஒன்று பாடல்களுக்காக ஒதுக்கப்பட்டிருந்தது. அதில் 'தொகையறா, பல்லவி, அனுபல்லவி, சரணம்' என்றெல்லாம் போட்டுப் பாடல்களை எழுதி வைத்தேன். அந்தச் சொற்களுக்கான பொருளை நானாக ஒருவாறு உருவாக்கிக்கொண்டிருந்தேன். எவ்வளவு சிக்கலான மெட்டுக்கும் சாதாரணமாகப் பாடலை உருவாக்கி விடமுடியும் என்னும் நம்பிக்கையிருந்தது. தமிழகத்தின்

லட்சோப லட்சம் இளைஞர்களைப் போலவே திரைப்படத் துறை கனவு எனக்கும் இருந்தது. ஆனால் 'பாடலாசிரியன்' என்பது மட்டும்தான் எனக்குரிய திறமை என்பதில் தெளிவும் இருந்தது. அப்போது என்னுள் தோன்றும் அதிகற்பனைகள் வெகு சுகமாக இருக்கும். சென்னைக்குச் சென்றுவிடவேண்டும் என்பதில் தீவிரமாக இருந்தேன். அங்கே போய்ச் சேர்ந்ததும் பாட்டெழுதும் வாய்ப்புகள் வந்து குவியும் என்று கருதிக்கொள்வேன். என்னைச் சோதிக்க விதவிதமான, சிக்கல் நிறைந்த மெட்டுக்கள் கொடுக்கப்படும். அவையெல்லாம் என் கற்பனைத் தீயினில் தூசாகும்படி உடனுக்குடன் பாடல் புனைந்து கொடுத்துவிடுவேன். இளையராஜா என்னைப் பாராட்டிச் சொல்வது போலப் பல வாசகங்கள் உதிக்கும். எல்லாம் நிறைவேறும். ஆனால் அதற்குச் சென்னை செல்ல வேண்டும்.

சென்னைக்குச் செல்வதற்கான வாய்ப்புகள் எதையும் என்னால் உருவாக்கிக்கொள்ள முடியவில்லை. ஆகவே கனவுகள் கூடிக் கொண்டேயிருந்தன. அப்போது வலம்புரிஜான் ஆசிரியராக இருந்த *தாய்* இதழ் படிக்கக் கிடைத்தது. அனேகமாக 1983 அல்லது 1984ஆம் ஆண்டாக இருக்கக்கூடும். அவ்விதழில் ஒரு போட்டி பற்றிய அறிவிப்பு வெளியாகி இருந்தது. 'மெட்டுக்குப் பாட்டு' என்னும் போட்டி. குறிப்பிட்ட ஒரு நாளில் சென்னையில் போட்டி நடைபெறும். போட்டியில் கலந்து கொள்வோர் சென்னைக்குப் போகவேண்டும். நிகழ்ச்சியைக் கங்கை அமரன் நடத்துவார். அதாவது அவர் மெட்டைச் சொல்வார்; அதற்கேற்பப் பாடல் எழுதவேண்டும். தேர்ந்தெடுக்கப்படும் பாடல்களுக்குப் பரிசு வழங்கப்படும். திரைப்பட வாய்ப்புகள்கூடக் கிடைக்கும் என்று அறிவித்திருந்ததாக நினைவு.

அந்தப் போட்டி பற்றிய அறிவிப்புகளைத் தொடர்வதற்காக இதழை வாங்கிக்கொண்டிருந்தேன். அதன் மூலம் சென்னை செல்லும் வாய்ப்புப் பிரகாசப்பட்டது. அதற்காக தயாரிப்புகளைச் செய்துகொண்டேன். புது மெட்டுக்கள் அமைத்துப் பாடல்கள் எழுதிப் பார்த்தேன். பரத நாட்டியப் பாட்டு, டூயட், சோகம், மகிழ்ச்சி எனப் பலவிதமான சூழல்களை உருவாக்கிக் கொண்டு எல்லா ராகங்களிலும் பாடல்கள் எழுதினேன். அந்த நாளும் வந்தது. மறக்காமல் பாட்டு நோட்டைப் பைக்குள் வைத்துக்கொண்டேன். சேலம் சென்று சென்னைக்குப் பேருந்து ஏறினேன். சென்னை செல்வது அதுதான் முதல் முறை. இரவுப் பயணம் முழுவதும் பொட்டுத் தூக்கமில்லை. எண்ணங்கள் எங்கெங்கோ விரிந்தன. சொர்க்

கத்தை நோக்கிச் செல்வது போல அத்தனை சந்தோஷமாக வும் இருந்தது.

காலையில் பாரிமுனையில் இறங்கியதும் விசித்திரமான உலகத்துள் நுழைந்து விட்டதாய் உணர்ந்தேன். என்னை வரவேற்க இரத்தினக் கம்பளம் எதுவும் இல்லை. என்றாலும் அந்த மண்ணை மிதிக்க வாய்த்ததே பெரும்பேறு என்பதாய்த் தோன்றிற்று. கையில் 'தாய்' இதழின் முகவரியோடு அந்தப் பகுதியைச் சுற்றி வந்தேன். முகவரியைக் கண்டுபிடித்துச் சேரவேண்டும். பேருந்து நடத்துநர் ஒருவரிடம் முகவரியைக் காட்டி எப்படிப் போகவேண்டும் என்று கேட்டேன். யாரிட மாவது எதையாவது விசாரிப்பது என்பது எனக்குச் சுலப மான காரியமல்ல. தகாத செயல் செய்வதைப் போல அத்தனைக் கூச்சம். ஆனால் அங்கே விசாரிப்பைத் தவிர வேறு வழியேயில்லை. அந்த நடத்துநர் முகவரியைப் பார்த்துச் சிரித்தார். அதில் 'நெல்சன் மாணிக்கம் சாலை' என்றிருந்தது. 'எந்த ஏரியா?' என்று கேட்டார். எனக்குத் தெரியவில்லை. விவரமில்லாத என் முகத்தை ஆராய்ந்துவிட்டு 'ஏரியா பேர் இல்லாத எப்படிக் கண்டு புடிக்கறது. ஆட்டோக்காரங்ககிட்டக் கேளு' என்று சொல்லிப் போனார். ரொம்பத் தயக்கத்தோடு ஆட்டோக்காரர் ஒருவரை அணுகினேன். முகவரியைப் பார்த்துவிட்டு, 'இது ரொம்ப தூரம். இருபத்தஞ்சு ரூவா குடு, கொண்டு போய் விடறன்' என்றார். வேறு ஆட்டோக் காரர்கள் என்றால் நூறு ரூபாய் கேட்பார்கள் என்றும் எங்கெங்கோ சுற்றிக் கொண்டு போய்விடுவார்கள் என்றும் சொன்னார். பெரும்புகழ் பெறப்போகும் பாடலாசிரியன் குறைந்தபட்சம் ஆட்டோவிலாவது போனால்தான் மதிப்பாக இருக்கும் என்று பட்டது. கைச்சேமிப்பு கரைவதை நினைத்து ஒரு கணம் தயக்கமாக இருந்தாலும் கௌரவம் பெரிதென்று பட்டது. அந்த ஆட்டோக்காரர் எனக்குத் தெய்வம் போலத் தோன்றினார். அவர்தான் என்னைத் *தாய்* அலுவலகம் கொண்டுபோய்ச் சேர்த்தார்.

நெல்சன் மாணிக்கம் சாலை இருப்பது சூளைமேடு பகுதி. நான் ஆட்டோவில் வந்து இறங்கியதைக்கண்டு வர வேற்க யாரும் ஓடிவரவில்லை. என்னைப் போலப் பலர் வந்து சேர்ந்துகொண்டிருந்தனர். திரைப்படப் பாடலாசிரியர் ஆகும் கனவுள்ளோர் ஏராளமான பேர் இருந்தனர். பதின் வயதிலிருந்து கிழப்பருவம் வரை மக்கள் நிறைந்திருந்தார்கள். பெண்கள் ஓரிருவர்தான். பெருங் கூட்டத்தை எதிர்பார்த்து விரிவான ஏற்பாடுகளைச் செய்திருந்தார்கள். பெரிய அரங்கம். அதனுள்ளே நாற்காலிகள். ஒரு புறம் மேடை. நாற்காலிகள்

போதாமல் அங்கும் இங்குமாகக் கீழே உட்கார்ந்திருந்தவர்கள் பலர். ஐந்நூறு பேருக்கும் மேலிருக்கும். பிரமித்துப் போனேன். எனக்கு ஒருவனுக்குத்தான் பாடல் எழுதும் திறமை இருப்பதாக, உள்ளொடுங்கிய கிராமத்து மூலையொன்றில் இருந்து கொண்டு, கற்பனை செய்து கிடந்ததின் அபத்தத்தை உணர்ந்தேன். வந்தவர்களே இவ்வளவு பேர் என்றால், வர இயலாதவர்கள், விருப்பமிருந்தும் இந்தப் போட்டி பற்றிய தகவல் அறியாதவர்கள் என எத்தனையோ ஆயிரம் பேர் இருக்கலாம். கூட்டத்தில் ஒருவனானேன் நான். நோட்டும் கையுமாக பாட்டும் மனமுமாக வெயிலையும் பொருட்படுத்தாமல் எதிர்பார்த்து உட்கார்ந்திருந்த முகங்களில் எனதும் ஒன்று.

பின்னொரு நேரத்தில் கங்கை அமரன் வந்தார். சில ஜோக்குகளோடு முன்னுரை சொன்னார். இவ்வளவு கூட்டத்தைப் பார்த்துத் தனக்கு ஏற்பட்ட வியப்பைச் சொன்னார். எல்லோருடைய கைகளிலும் ஒவ்வொரு தாள் கொடுக்கப்பட்டது. மிகச்சுருக்கமாக ஒரு சூழலைச் சொல்லி விட்டுக் கங்கை அமரன் மெட்டைத் தொடங்கினார். 'ல'கரத்தில் பல்லவியைப் பாடினார். அதையே 'த'கரத்திலும் 'ந'கரத்திலும் மாற்றி மாற்றிப் பாடினார். அவருடைய குரலோசையைத் தவிர சிறு சத்தமும் இல்லை. ஐந்நூறு பாடலாசிரியர்களும் சொருகிய கண்களோடு மெட்டைப் பிடித்துச் சொற்களைப் பொருத்த முயன்று கொண்டிருந்தனர். கேட்கும் போது எளிமையாகத் தோன்றினாலும் மெட்டை மனதுக்குள் பற்றிக்கொள்ள பிரயத்தனம் செய்ய வேண்டியிருந்தது. மெட்டைப் பிடித்தால் சொற்கள் நழுவின. சொற்களில் கவனம் கொண்டால் மெட்டு திசைதவறி ஓடிற்று. இரண்டையும் ஒரே சமயத்தில் செய்வது இயலவில்லை. என்னதான் கண்களை மூடிக்கொண்டு தியானித்தாலும் சொற்களும் மெட்டும் சேரவே மறுத்தன. வண்டி எருதுகளில் ஒன்று தண்ணீருக்கும் மற்றொன்று வேலிக்கும் இழுத்தால் வண்டியின் நிலை என்னவாகும்? எப்படியோ முயன்று சொற்களைப் போட்டு நிரப்பினேன். கொஞ்சம்கூடச் சலிப்பின்றி மீண்டும் மீண்டும் மெட்டைப் பாடிக் காட்டினார் கங்கை அமரன். திரும்பத் திரும்ப யாராவது எழுந்து கேட்டுக்கொண்டேயிருந்தனர். முழுப்பாட்டு மெட்டையும் பாடிக்காட்ட அரைமணி நேரத்துக்கு மேலாயிற்று.

அவரே பாடலாசிரியர் ஆகையால் வரிகளைப் போட்டும் சில சமயம் பாடினார். ஏதோ ஒப்பேற்றிப் பாடலை எழுதி முடித்தேன். சொல்கிற மாதிரியில்லை. மனத்தில் என்னவோ விட்டுப்போனது போலிருந்தது. எழுதிய பாடல்களை

வாங்கிக் கொண்டனர். முடிவு பின்னர் *தாய்* இதழில் வெளி யாகும் என்று தெரிவிக்கப்பட்டது. வெளியேறிய முகங்களில் சில உற்சாகத்துடன் பொலிந்தன; சில சோகங் கொண்டன. என்னவென்று சொல்ல இயலாத வகையில் நானிருந்தேன்.

திரும்பும்போது ஆட்டோ தேடவில்லை. பேருந்துதான் பிடித்தேன். பேருந்தில் உட்கார்ந்து நோட்டைப் பிரித்தேன். பாடல் வரிகள் மறைந்து நோட்டு முழுவதும் வெள்ளையாகத் தெரிந்தது. அதன்பின் என்னுள் இரண்டு கருத்து மாற்றங்கள் நேர்ந்தன.

ஒன்று : பாட்டுக்குத்தான் மெட்டுப்போட வேண்டும்; மெட்டுக்குப் பாட்டெழுதச் சொல்வது கவிஞனை அவமதிப் பதாகும்.

இரண்டு : பாடலாசிரியன் வேறு; கவிஞன் வேறு.

'காலச்சுவடு' 36, ஜூலை - ஆகஸ்ட் 2001

'கரித்தாள் தெரியவில்லையா தம்பீ...'

தனித்தமிழ் மீது எப்போதும் எனக்குப் பற்று இருந்ததில்லை. பொருத்தமான தமிழ்ச்சொல் இருக்கும் போது வலிந்து பிறமொழிச்சொல்லைப் பயன்படுத்து வதை எதிர்க்கும் அதே சமயத்தில் வலிந்து எழுதப்படும் தனித் தமிழும் எனக்கு உவப்பானதல்ல. தனித்தமிழ் இயக்கத்தவர் எழுதும் உரைநடை மக்களிடமிருந்து அன்னியப்பட்டு நிற்கும் கடுநடை. செய்யுள் நடையைத் தான் உரைநடையாக எழுதுகிறார்கள் என்றும் சொல்ல லாம். மறைமலையடிகள், தேவநேயப்பாவாணர் வரிசை யில் வரும் தனித்தமிழ் இயக்கத் தலைவரான பாவல ரேறு பெருஞ்சித்திரனார் அவர்களிடம் கொஞ்சநாள் 'அணுக்கத் தொண்டனாக' இருந்து பணியாற்றும் வாய்ப்புப் பெற்றேன். அப்போதும் தனித்தமிழ் பற்றிய என் கருத்தில் மாற்றமெதுவும் ஏற்படவில்லை.

ஆராய்ச்சிப் பட்டப் படிப்பிற்காகப் பல்கலைக் கழகத்தில் சேர்ந்துவிட்டுத் திருவல்லிக்கேணியில் 'மேன்சன்' ஒன்றில் அறை எடுத்துத் தங்கியிருந்தேன். செலவைச் சமாளிக்கப் பகுதிநேர வேலை ஒன்றைத் தேடிக்கொள் வது அவசியமாயிருந்தது. பல்கலைக்கழக நேரம் போக மிச்ச நேரத்தில் வேலைதேடி அலைந்தேன். முதுகலை படித்தவனுக்குத் தெருவெல்லாம் வேலை கொட்டிக் கிடக்கும் என்ற நினைப்பு. எல்லாப் புறங்களிலும் அடைத்திருந்த சுவர்களில் மோதிமோதி விட்டெறிந்த தகரடப்பா போல் நசுங்கிப் போனேன். திருவல்லிக்

கேணியில் வேலைதேடித் தெருவலம் வந்து கொண்டிருந்த மாலை நேரமொன்றில் எதேச்சையாகத் 'தென்மொழி அச்சக' மும் அதன்முன் 'கோப்பாளர் தேவை' என்று எழுதப்பட்ட பலகையும் தென்பட்டன. நான் 'கோப்பாளர்' இல்லை எனினும் கேட்டுப் பார்க்கலாம் என்னும் தைரியத்தில் உடனே உள்ளே நுழைந்துவிட்டேன்.

புத்தகக் கட்டுகளும் எந்திரங்களும் நிரம்பியிருந்த அந்தச் செவ்வகத்தின் உள்புறம், வெள்ளை உடையும் திருவள்ளுவர் தாடியும், வெற்றிலைப் பாக்கு வாயுமாய் அவர் உட்கார்ந்திருந் தார். 'என்னங்க தம்பீ...' என்று விளிக்கும் கம்பீரக் குரலும் தோரணையும் சற்றே அச்சமூட்டின. 'தென்மொழியைப் படித்திருக்கிறீர்களா? என் பெயரை அறிந்திருக்கிறீர்களா?' என்பதுதான் நேர்காணலின் முதல் உசாவல் (விசாரணை). தமிழ்நாட்டின் லட்சோபலட்சம் மக்களைப் போலவே அவற்றை நானும் அறிந்திருக்கவில்லை. தென்மொழியைப்பற்றி மட்டும் கேள்விப்பட்டு அது 'தென்மொழியா? தேன்மொழியா?' என்று குழம்பியதுண்டு. சங்க காலத்தில் இருந்த பெருஞ் சித்திரனார் பற்றிப் படித்த நினைவு. உண்மையைச் சொன் னதும் என்மேல் வருத்தமும் எனக்குத் தமிழ் பயிற்றுவித்த ஆசிரியர்கள்மீது கோபமும் கொண்டார். தமிழுக்குத் தமிழா சிரியர்களே எதிரி என்றும், முதுகலை படித்த மாணவனுக்குத் தென்மொழியை அறிமுகப்படுத்தாத ஆசிரியர்களின் சுயநலம் குறித்தும் வைது வெகுநேரம் விவரித்தார். பொறுமையாகக் கேட்டிருந்த நான் பெரும் குற்றவுணர்வால் பீடிக்கப்பட்டுத் தலை கவிழ்ந்தேன். ஆனால் அன்றைக்கே வேலை கிடைத்து விட்டது.

எனக்கு அங்கே இன்ன வேலை என்பது இல்லை. 'அலு வலக உதவியாளர்' என்னும் பொதுப்பதவி. மேஜை துடைப் பது, தேநீர் சொல்வது, படி எடுப்பது, பிழை திருத்தம், வெற்றிலைபாக்கு வாங்கி வருதல், வங்கிக்கும் அஞ்சலகத்திற் கும் சென்று வருதல், வீட்டிற்குச் சென்று சோறு எடுத்து வருதல், அவர் பேருந்தேறும்வரை உடன் செல்லல் என விரிவான பல வேலைகளைக் கொண்டது என் பதவி. பிற்பகல் இரண்டு மணிக்குத்தான் எனக்கு வகுப்பு. எனவே முற்பகல் முழுநேரமும் மாலையிலும் என வேலைகள் தொட ரும். வேலை ஒன்றும் கடினமானதல்ல. முதுகலை படித்து விட்டு இந்த வேலைகள் செய்வதா என்று அவ்வப்போது கழிவிரக்கம் தோன்றும். வேலை எளிதானதாக இருந்தாலும் பெருஞ்சித்திரனாரிடம் வேலை செய்வதுதான் கடினமாக இருந்தது.

பெருஞ்சித்திரனார், தமது அச்சக வேலைக்கு வருபவர்களின் பெயர்களை முதலில் தனித்தமிழாக மாற்றிவிடுவார். 'ராஜன்' அரசனாவார். 'விஜயலட்சுமி' வெற்றிச் செல்வியாவார். 'குணசுந்தரி' – குணவழகி. இதுபோல மாறும். 'சாந்தி' என்னும் பெயர் கொண்ட ஒருவர் பணிக்கு வந்துகொண்டிருந்தார். அவர் பெயரைமட்டும் ஏனோ மாற்றவில்லை.

'அமைதி' என்று கூப்பிட்டால் கூட்டத்தில் கத்துவது போலிருக்கும் எனக் கருதினாரோ என்னவோ. வேறு சொல்லெதுவும் அவர் உருவாக்காமல் விட்டிருந்தது ஆச்சரியமாக இருந்தது. பயத்தினால் கடைசிவரை கேட்கவில்லை நான். என்னுடைய பெயர் தமிழாகவே இருந்ததால் மாற்ற வேண்டியிருக்கவில்லை. அத்தோடு அவர் கடவுள் நம்பிக்கை உடையவர். தமிழ்க் கடவுளான முருகனை வழிபடுபவர். ஆகவே அவருக்கு நான் வேலைக்குச் சேர்ந்ததில் இரட்டிப்பு மகிழ்ச்சி.

நான் வேலையில் சேர்ந்தது, அவரது இளைய மகன் திரு. பொழிலன் வெடிகுண்டு வழக்கில் கைதாகியிருந்த நேரம். ஆகவே அவருக்குக் காவல்துறையின் தொந்தரவுகள் அதிகம். 'தென்மொழி', 'தமிழ்நிலம்', 'தமிழ்ச்சிட்டு' ஆகிய மூன்று இதழ்களை நடத்திக் கொண்டிருந்தார். உலகத் தமிழின முன்னேற்றக்கழகம் என்னும் அமைப்பும் அவர் தலைமையில் இயங்கியது. இதழ், இயக்க வேலைகள் காவல்துறையின் தொந்தரவால் பெருமளவு தடைப்பட்டிருந்ததால் மிகுந்த எரிச்சல் கொண்டிருந்தார். ஆனால் அவருக்குத் தம்முடைய செயல்பாட்டின் வரம்பு குறித்த தெளிவிருந்தது. வெடிகுண்டு விஷயத்தை அவர் ஆதரிக்கவில்லை. 'எழுதுவதும் பேசுவதுமான அறிவுப்பூர்வமான வேலைதான் நம்மால் முடிவது' என்று சொல்வார். சிறையிலிருந்து பொழிலன் எழுதும் உணர்ச்சிப்பூர்வமான கடிதங்களைப் படியெடுக்கும்போது, வியப்பாக இருக்கும். சாதிக்கத் துடிக்கும் அதீதக் கனவுகளின் உச்சமாக அவற்றை உணர்ந்தேன். பொழிலன்மீது மிகையுணர்ச்சி நிறைந்த மரியாதை தோன்றியிருந்தது.

பெருஞ்சித்திரனார் தம்மை அறிவு வகையில் நிறைவு பெற்றவராகக் கருதிக் கொண்டிருந்தார். அறிவுரைகள் சொல்வது அவருக்கு மிகவும் பிடிக்கும். எல்லா அறிவுரைகளிலும் திருக்குறள் இருக்கும். 'திருக்குறள்ல எல்லாத்தையும் சொல்லி வெச்சிருக்கறான்' என்பார். அறிவுரையைப் பொறுமையாகக் கேட்டுக்கொள்ளும் வயதில் நானில்லை. என்ன சொல்கிறார் என்பதைவிட எப்போது முடிப்பார் என்பதிலேயே என் கவனம் இருக்கும். பேசும்போது அவர் அறிவுரை சொல்வதற்கென்றே பிறந்தவர் போலவும் எதிரில் இருப்பவர் கேட்டுக்

கொள்ளக் கடமைப்பட்டவர் போலவும் தோன்றும். அந்தக் காட்சியை நான் ரொம்பவும் வெறுத்தேன். பிறரிடம் இருந்து தெரியவேண்டிய எதுவுமே இல்லை அவருக்கு. ராஜன் என் பவர் சில வேலைகள் செய்துகொண்டு அங்கிருந்தார். அப் போது அச்சகக் கதவு பழுதாகியிருந்தது. அதை எப்படிச் சரி செய்யலாம் என்று பேசிக்கொண்டிருந்தபோது பெருஞ்சித் திரனார் சொன்ன எதையோ மறுக்கும் விதமாக 'அய்யா . . . அது உங்களுக்குத் தெரியாதய்யா' என்று ராஜன் சொல்லி விட்டார். அவ்வளவுதான். நெருப்புப் புயலே தொடங்கி விட்டது. 'தம்பீ . . . அதத் தெரிஞ்சுக்க நான் எந்தப் புத்தகத்தப் படிக்கணும் தம்பி . . . சொல்லுங்க' என்று கத்தத் தொடங்கி விட்டார்.

அவருக்குக் கோபம் வந்துவிட்டால் சுற்றுப்புறம் முழு வதும் உயிர்மூச்சும் அற்று அமைதியாகப் போகும். அவ ருடைய கோபத்திற்கு அவர் குடும்பத்தினரிலிருந்து யாரும் விலக்கல்ல. கோபம் வந்துவிட்டால், சிறுநீர் கழிக்கத் தயாராக இருக்கும் பையனைப் போலத்தான் நிற்பேன். அச்சகத்தில் வேலை செய்துகொண்டிருந்த பெண்ணொருவரைப் பார்ப் பதற்கு அவருடைய தம்பி வந்தார். நான் அவரிடம் 'நீங்க யாருங்க' என்றேன். அதற்கு 'அவங்க பிரதர்' என்றார். நான் உள்ளே வந்து அப்படியே 'அவங்க பிரதராம் . . . பாக்க வந்திருக்கறாங்க' என்று சொல்லிவிட்டேன். 'தமிழ் படிச்ச நீங்க பிரதர்னு எப்படிச் சொல்லலாம்' என்று பிடித்துக் கொண்டார். அவர் குரல் ஓங்கிவிட்டால் அதன்முன் பேச்சற்று நின்றுவிடவேண்டும். நாம் காக்கும் அமைதி நம்மைக் குற்றவாளி என்றே கருதச் செய்யும். அதுதான் அவருடைய கோபத்தை எதிர்கொள்வதற்கான ஒரே வழி.

மற்றொரு சமயம், ஏதேதோ பொருள்கள் வாங்கிவரக் கடைக்கு அனுப்பினார். வெளியே சென்ற என்னைத் திரும்ப அழைத்து 'அப்படியே கரித்தாள் வாங்கி வாங்க தம்பி' என்றார். கரித்தாள் என்பது என்னவென்று எனக்குச் சட் டென நினைவு வரவில்லை. அவருக்கு முன்னால் நிற்கும் போது என்ன சொல்வாரோ என்கிற தவிப்பில் யோசனைகள் சூன்யமாகி விடும்.

என் நினைவின் ஆழத்தில் எவ்வளவோ துழாவிப் பார்த் தும் 'கரித்தாள்' என்னவென்று பிடிபடவில்லை. வேறு வழி யற்று அதைக் கேட்டுவிட்டேன் 'நீங்கள் இங்கே வந்து எத்தனை நாளாகிறது . . . கரித்தாள் தெரியவில்லையா தம்பீ . . . நான் எத்தனைமுறை பேச்சில் பயன்படுத்தியிருக்கிறேன். எப்படி நீங்கள் கவனிக்காமல் போனீர்கள் தம்பி? இது மிகப்பெரிய

தகுதிக்குறைவு' என்றபடி என்னவெல்லாமோ பேசினார். பதில் எதுவும் கூறாமலே நின்றேன். அவருக்குப் பிடித்த திருக்குறளிலிருந்து 'செல்லா இடத்துச் சினம்தீது செல்லிடத் தும் இல் அதனின் தீய பிற' என்னும் குறளை மனதிற்குள் சொல்லிக்கொண்டேன். இதில் முதல் பகுதி எனக்கும் அடுத்த பகுதி அவருக்கும். ஆனால் என்னுடைய மந்திரத்தால் பய னில்லை. அவர் 'இப்படி நடந்தால் வெளியேற்றிவிடுவேன்' என்றெல்லாம் கோபம் குறையாமலே கத்திக்கொண்டிருந்தார். மரக்கட்டை மாதிரி இருந்தால்தான் அவர் அருகிலிருந்து வேலை செய்யமுடியும். சிறு விஷயங்களுக்குக்கூடப் பெரிய வார்த்தைகளைச் சொல்லி அவமானப்படுத்திவிடுவார்.

தனித்தமிழ் இயக்கத்தவர்களில் பெரும்பான்மையோரைப் போலவே அவரிடமும் நவீன உணர்வு கிடையாது. 'அவர் மாதம் முழுக்கச் செய்கிற அச்சக வேலையை ஒரே நாளில் முடித்துவிடலாம்' என்று அவருடைய மூத்த மகனும் எனது வகுப்புத் தோழருமான பூங்குன்றன் சொல்வார். நவீன எந்திர வளர்ச்சிகளைப் பற்றிய உணர்வுகூட இல்லாதவரிடம் நவீன இலக்கியப் பரிச்சயத்தை எதிர்பார்க்க வேண்டியதே இல்லை. பிறமொழிச் சொற்களை முழுமையாகத் தவிர்த்துவிட்டு நவீன இலக்கியம் எழுதப்பட்டிருக்குமானால் ஏற்றுக்கொள்ள ஒரு வேளை அவர் பரிசீலித்திருக்கலாம். செய்யுள் வடிவத்தில் அவர் நிறைய எழுதியிருக்கிறார். ஆவேசம் ஊட்டும் கருத்துக் களை உணர்ச்சிப்பூர்வமான நடையில் அழகாகவே கையாண் டிருக்கிறார். என்றாலும் அவை அனைத்தும் செய்யுள்களா கவே நின்றுவிட்டவைதாம். அவற்றை மிக உயர்ந்த இலக்கியங் களாக அவர் மதித்தார். 'நூறாசிரியம்' என்னும் தம் நூலில் இல்லாத கருத்துக்களே இல்லை என்பார். அவர் எழுதிய செய்யுள்களுக்கு அவரே உரையும் எழுதிய நூல் அது.

இலக்கியத்தைப் போலவே பல விசயங்களிலும் அவருக்குப் பழமை மனப்பான்மைதான். பெண்களைக் கணவனைக் காக்கும் கடமை உள்ளவர்களாக, வீட்டுப் பதுமைகளாக மட்டுமே கருதினார். அச்சகத்தில் வேலை செய்யும் பெண் களிடம் நானோ அவர்கள் என்னிடமோ பேசுவதைத் துளியும் விரும்பமாட்டார். வேலை நிமித்தமாகப் பேசும்போதே அவர் கண்கள் பின் தொடர்ந்துகொண்டே இருக்கும். ராஜீவ் காந்திக்கு அவர் அறம் பாடி வைத்திருந்தார். உடல் சிதைந்து கொடூரமாக ராஜீவ் காந்தி சாகவேண்டும் என்று அந்தச் செய்யுளில் பெருஞ்சித்திரனார் குறிப்பிட்டபடியே ராஜீவ் கொல்லப்பட்டபோது அவரைக் கைது செய்தது அரசு. அறம் பாடுதலை விதந்தோதியும் அவரைப் புகழ்ந்தும் அப் போது பலர் பாராட்டினர். அந்தச் செய்யுள் 'முண்டையின்

மகனே முண்டையின் மகனே' என்று தொடங்கும். ஒரு பெண்ணை 'முண்டை' என்றழைக்கும் மனப்பான்மையை என்னால் சகித்துக் கொள்ளவே முடியவில்லை.

அவர் தமது வேலையைத் 'தொண்டு' என்பார். அந்தத் தொண்டில் சிறிதுகாலம் நானும் பங்கு கொண்டமைக்கு மிகக்குறைந்த ஊதியமே கிடைத்தது. ஆனால் அவருடன் இருந்த காரணத்தால் எனக்குக் கிடைத்த பலன்களும் உண்டு. சக மனிதர்களை அணுகிச் சாதாரண விசாரிப்புகளுக்குக்கூடத் தயங்கும் மனோபாவம் கொண்ட என்னை அவர் மாற்றினார். 'அவர்களும் மனிதர்கள்தானே தம்பி . . .' 'அது நம்முடைய உரிமையில்லையா தம்பி . . .' என்று அதட்டி அதட்டி என் மனதைத் திடம் கொள்ளச் செய்தார். சென்னை வாசத்தின் தொடக்கத்திலேயே அவர் தொடர்பு கிடைத்ததால் பின்னால் பல ஆண்டுகள் எந்தச் சூழலையும் சமாளித்து அங்கு வாழும் தைரியம் எனக்குக் கிடைத்தது.

அவர்மேல் நான் இன்றும் கொண்டிருக்கும் மதிப்புக்கும் மரியாதைக்கும் காரணம் அவரது நேர்மை. எழுதவும், பேசவும் கொள்கையை வைத்துக் கொண்டு நடைமுறையில் வேறாக வாழ்ந்தவர் அல்லர். அவர் என்ன சொன்னாரோ அதற்காகவே வாழ்ந்தார். அதுவாகவே வாழ்ந்தார். அவருடைய குடும்பம் தனித்தமிழ்க் குடும்பம். சின்னஞ்சிறு குழந்தையும் தனித்தமிழைத் தயக்கமில்லாமல், தடுமாற்றமில்லாமல் பேசுவதைப் பார்க்கத் தனித்தமிழ்க் கொள்கை நடைமுறையில் சாத்தியம்தான் என்பதை வலுக்கட்டாயமாக நம்ப வேண்டியிருக்கும். 'அறிவு இருந்தால் மட்டும் போதாது. அதை நம் வாழ்நாளிலேயே வெளிப்படுத்திக் காத்து நிலைப்படுத்தவேண்டும்' என்று சொல்வார். அந்த நோக்குடனேயே இயங்கினார்.

தனித்தமிழ், தனித்தமிழ்நாடு ஆகியவை அவருடைய குறிக்கோள்கள். பார்ப்பனியத்தையும் பார்ப்பனர்களையும் கடுமையாக எதிர்த்தார். ஆனால் உண்மையான பணியை யார் செய்தாலும் அங்கீகரிக்கும் மனமும் கொண்டிருந்தார். உ.வே. சாமிநாதய்யரின் கிழிந்த படம் ஒன்று பரண்மீதிருந்து கிடைத்தது. உடனே பதறிப்போய் அப்படத்தைத் தூசி தட்டித் துடைத்துக் கிழிந்த பகுதிகளைச் சேர்த்து ஒட்டினார். 'இவர் பெரிய அறிஞர். இவரில்லாது போயிருந்தால் கழக (சங்க) இலக்கியமேது? தமிழேது?' என்றவர், 'சில பார்ப்பனர்கள் தமிழுக்குப் பெருஞ்சேவை செய்துள்ளனர். அவர்களில் இவர் மிகப் பெரியவர்' என்று கூறிக்கூறி மாய்ந்தார்.

அவர் தம் கருத்துக்களை ஒளிக்காமல் எல்லா இடங்களிலும் பேசினார். ஏறத்தாழ இருபதுமுறை சிறை சென்றிருக்

கிறார். தடாவிலும்கூட. ஒருமுறைகூடச் சொந்தக் காரணங் களுக்காக அல்ல. அவரது கருத்துக்களோடும் குணாம்சங் களோடும் பெருமளவு முரண்பாடு கொண்டிருந்தபோதிலும் ஒரு பணியில் அர்ப்பணிப்பு உணர்வு கொண்டவரின் அருகில் கொஞ்ச நாட்கள் இருந்து வேலை செய்ததைப் பெருமையாகச் சொல்லிக் கொள்ளவே விரும்புகிறேன்.

'காலச்சுவடு' 39, ஜனவரி - பிப்ரவரி 2002

மோளிப்பள்ளியார்

1990ஆம் ஆண்டு சட்டமன்றக் கூட்டத்தொடர் நடைபெற்றுக் கொண்டிருந்த சமயம். நண்பர் ஒருவர் எம்.எல்.ஏ விடுதிக்கு என்னை அழைத்தார். ஏதோ ஒரு காரியமாக எம்.எல்.ஏ ஒருவரைப் பார்க்கும் நோக்கம். பேச்சுத் துணையாக நான். அங்கே போக எனக்கு விருப்பமில்லை. அரசியல்வாதிகளின் போலிமையும் பகட்டும் எரிச்சல் ஊட்டும் விஷயங்கள். எனக்குத் தெரிந்த என் உறவினர்களான உள்ளூர் அரசியல்வாதிகள் சிலரது முகத்தில் விழிப்பதற்கே அஞ்சுவேன். அவர்களுக்கு முன்னால் தயவுச் சொற்களைப் பிரயோகிக்க நேராமல் என்னைக் காப்பாற்றிவிடவேண்டும் என்பதே என்னுடைய அப்போதைய வேண்டுதல்.

பணத்தைப் பெருக்கும் பல வழிகளில் ஒன்றாக அரசியலைப் பாவிக்கும் அவர்களிடமிருந்து விலகி இருப்பதையே பெரிதும் விரும்பினேன். ஏதேனும் ஒரு சந்தர்ப்பத்தில் எதிர்ப்பட நேர்ந்தால் மிகக் குறைந்த சொற்களோடு – பெரும்பாலும் விளிச்சொற்கள், நலம் விசாரித்தல் – கழன்று கொள்ளப் பார்ப்பது வழக்கம். நான் தவிர்க்கும் ஆட்களைப் போன்றவர்களே குழுமியிருக்கும் இடத்தைப் பற்றி நல்ல அபிப்ராயம் இல்லை. இருப்பினும் நண்பருக்காக உடன் சென்றேன்.

விடுதி கலகலப்பாக இருந்தது. எங்கெங்கு காணினும் கரைத்துண்டுகள். வாகனங்கள். சிரிப்பும் பேச்சுமான இரைச்சல்கள், மக்கள் பிரதிநிதிகளைச் சுற்றிலும் மக்கள் கூட்டம்தான். அந்நியச் சூழலாக இருந்தாலும்

ரசனைக்கு உகந்ததாக இருந்தது. நண்பர் தேடிப்போன எம்.எல்.ஏ.வைக் காண மாடி வராண்டாவில் நடந்தபோது ஓர் அறையில் சிவப்பு நிறத் துண்டுடன் ஒரே ஒருவர் மட்டும் இருக்கக்கண்டேன்.

துணை எவருமின்றி, அரவமற்று அந்த அறையில் இருந்தவர் எங்கள் ஊர் எம்.எல்.ஏ.தான். அவருடன் பேச விருப்பம் கூடிற்று. நண்பரிடம் கேட்டேன். வேலையை முடித்து வரும் வேகத்தில் இருந்தவர், திரும்பும்போது சேர்ந்து கொள்ளலாம் எனக் கூறி அனுமதி கொடுத்தார். எம்.எல்.ஏ.வைப் பார்த்துப் பேச எதுவுமில்லை எனினும் அவரின் தனிமை என்னைச் செலுத்தியது. எங்கள் ஊர்க்காரர் என்னும் பற்றும் உந்தியிருக்கக்கூடும்.

மேலும் எங்கள் எம்.எல்.ஏ.வுக்கு விசேஷம் ஒன்றுண்டு. 1989ஆம் ஆண்டு நடைபெற்ற சட்டமன்றத் தேர்தலில் திருச்செங்கோடு தொகுதி, மார்க்சிஸ்ட் கம்யூனிஸ்ட் கட்சிக்கு ஒதுக்கப்பட்டுவிட்டது. அப்போது அக்கட்சி தி.மு.க.கூட்டணியில் இருந்தது.

அத்தேர்தலில் அ.தி.மு.க ஜானகி அணி, ஜெயலலிதா அணி என இரு பிரிவாக பிரிந்துவிட்ட நிலையில் தி.மு.க.வின் வெற்றி எதிர்பார்க்கப்பட்ட ஒன்று.

ஆகவே தொடர்ந்து மூன்று தேர்தல்களில் தோல்வியைச் சந்தித்திருந்த தி.மு.க.காரர்கள் அந்தத் தேர்தலை மிகவும் எதிர்பார்த்திருந்தார்கள். அவர்கள் எதிர்பார்ப்புக்கு மாறாகத் தி.மு.க., திருச்செங்கோட்டை மார்க்சிஸ்ட் கம்யூனிஸ்ட் கட்சிக்கு ஒதுக்கிவிட்டது. திருச்செங்கோடு, அ.தி.மு.க.வின் கோட்டை என்பதான எண்ணம் அப்போது வலுவாக இருந்தது. அதனால் வெற்றிபெறும் வாய்ப்பு சந்தேகம் எனத் திமுக கருதியிருக்கக் கூடும். அச்சந்தேகம் ஒரு வகையில் நல்லதாக முடிந்துவிட்டது. அதுவரைக்கும் இருந்த கவுண்டர் அல்லது முதலியார் சாதியைச் சேர்ந்தவர்களே வேட்பாளர்களாகும் நிலை மாறியது.

தொழிலாளர்களுக்கு நன்கு அறிமுகமானவரும், நாடார் சாதிக்காரருமான மோளிப்பள்ளி வி.ராமசாமி என்னும் பெயர் பொதுமக்கள் பார்வைக்கு வந்தது. தேர்தல் பிரச்சாரம் வேகமாக இல்லை. தி.மு.க.வைச் சேர்ந்தவர்கள் பிரச்சாரத்தில் முன்நிற்கவில்லை. மக்களுக்கு அறிமுகமான சின்னமும் இல்லை. சுயேட்சை வேட்பாளரைப் போலத்தான் அவரும் தோன்றினார். ஆனால் அவர் வெற்றி பெற்றார். 1952ஆம் ஆண்டு தேர்தலுக்குப் பின் பொதுவுடமைக் கட்சி மீண்டும்

*1989*இல் வென்றது. மோளிப்பள்ளி வி.ராமசாமி என்னும் பெயர் தமிழ்நாடு முழுக்கத் தெரிந்தது.

சட்டமன்ற உறுப்பினர் விடுதியில் நான் சந்திக்க விரும்பியவர் அவர்தான். எப்படி வரவேற்பாரோ என்னும் தயக்கத்தோடு அவருடைய அறை வாயிலில் நின்றேன். அவர் கவனிக்கவில்லை. கவனத்தைத் திருப்பி வணக்கம் சொன்னேன். புருவம் சுழிபட வணக்கம் என்று சொல்லிவிட்டு, யார் என விசாரித்தார். என்னைச் சுருக்கமாக அறிமுகப்படுத்திக்கொண்டேன். ஊர் திருச்செங்கோடு என்பதும் பல்கலைக்கழக மாணவன் என்பதும் அறிமுகத்தில் மைய விஷயங்களாக இருந்தன.

உற்சாகத்தோடு என்னை அமரச் சொல்லி உண்ணப் பழங்கள் சிலவற்றைக் கொடுத்தார். வெள்ளை நிற உடம்பில் ரத்தப் புள்ளிகள் போல அங்கங்கே கொப்புளங்கள். சிறு கண்கள், அதுவும் இடுக்கிக்கொண்டு பார்க்கும் பார்வை. வெண்ணிற உடை. தோளில் சிவப்புத்துண்டு. கிழப்பழம் போலிருந்தார். எதிரில் உட்கார்ந்துகொண்டு என் கிராமத்தின் பெயரை விசாரித்தார். அனேகமாக அவருக்கு திருச்செங்கோட்டைச் சுற்றியுள்ள கிராமங்கள் அனைத்தும் தெரிந்திருந்தன. என் ஊரைக் கேட்டதும் அங்கிருந்து பள்ளிப்பாளையம் சேஷசாயி காகித ஆலை வேலைக்குப் போகும் தொழிலாளர் சிலர் பெயரைச் சொல்லி, அந்த ஊரா என்றார். அத்தனை நெருக்கமாக என் ஊரை அறிந்திருப்பார் என்று எதிர்பார்க்கவில்லை. அந்த தொழிலாளர்களுள் முன்னணியில் இருந்த ஒருவர் பெயரைச் சொல்லி, அவர் வீடு தெரியுமா என்று கேட்டார். தெரியும் என்றும் அவர் வீட்டுக்குப் போகும் வழியில் நிலத்திற்குள் இருந்த என் வீட்டையும் அடையாளம் சொன்னேன். என்னுடைய வீடே அவருக்குப் பிடிபட்டு விட்டது.

அவர் சொன்ன தொழிலாளர்கள் அனைவரும் நாடார்கள். நாடார் தெருவுக்கு எங்கள் வீட்டு வழியாகத்தான் போகவேண்டும். அவர்கள் தொழிலாளர்கள் என்பதால் உங்களுக்குத் தெரியுமா, நாடார்கள் என்பதால் தெரியுமா? என்றேன். எதையும் நேரிடையாகக் கேட்டுவிடும் வேக சுபாவம் என் குரலில் சற்றே கோபத்தோடு வெளிப்பட்டுவிட்டது. சிறுபையனான என் கோபம் அவருக்கு ரசிக்கத்தக்கதாக இருந்தது. இரண்டாலும்தான் என்றார். அவர் வாழ்க்கையில் இருந்த முரணை நிதானத்தோடு எனக்குச் சொன்னார்.

ராஜாஜியால் தொடங்கப்பட்ட திருச்செங்கோடு புதுப்பாளையம் காந்தி ஆசிரமத்தில் குருகுலக் கல்வி கற்றவர்

பெருமாள்முருகன் ◆ 59 ◆

அவர். அங்கு மாணவனாக இருந்தபோது கள்ளுக்கடை மறியலில் ஈடுபட்டார். அந்த ஆசிரமம் தமிழ்நாட்டில் மது ஒழிப்பில் தீவிரமாக இருந்த ஆசிரமம். அங்கிருந்துதான் விமோசனம் என்னும் மதுவிலக்குப் பிரச்சார இதழை ராஜாஜி வெளியிட்டார். உலகிலேயே மதுவிலக்குப் பிரச்சாரத்திற்கு என்று வந்த ஒரே இதழ் விமோசனம்தான் என்று பெருமைப்படுவதுண்டு. எங்கள் பகுதி நாடார்களின் குலத் தொழில் பனைமரம் ஏறுதல். அந்தச் சாதியில் பிறந்து, கள் வேண்டாம் எனப் பிரச்சாரத்தில் ஈடுபட்ட செயலைச் சொல்லிச் சிரித்தார்.

அத்தோடு கோட்பாட்டுக்கும் நடைமுறைக்கும் உள்ள வேறுபாட்டையும் இன்னொரு நிகழ்வால் புரிந்து கொண்டதாகச் சொன்னார். ராஜாஜி தொடங்கிய ஆசிரமத்தின் மாணவனாக கள் எதிர்ப்புப் பிரச்சாரத்தில் ஈடுபட்டது மிகுந்த உணர்ச்சியோடுதான் என்றாலும் ராஜாஜியே சென்னை மாகாண முதல்வராகி சேலம் ஜில்லாவில் மது விலக்கை அமல்படுத்தியபோதுதான் அதன் விளைவை உணர்ந்தார் அவர். கள் விற்பனை இல்லை என்றதும் ஏராளமான மரமேறிகளின் வாழ்க்கை இருளடைந்து போன எதார்த்தத்தைக் கண்டார்.

கள் உடலுக்குக் கெடுதலை விளைவிப்பதில்லை என்பது ஒரு புறம் இருக்க, கள் இல்லையென்றால் எத்தனையோ பேர் தொழிலை இழக்க வேண்டியிருக்கிறது. அதுவும் காலங் காலமாகச் செய்து வந்த தொழில், வறட்சியைத் தாங்கி நிற்கும் பனைமரம், உண்மையிலேயே தேவதாருதான். பனையை வைத்துப் பல தொழில்கள். ஆனால் எல்லாவற்றிற்கும் மையமானது கள் இறக்கும் தொழில். அயல்நாட்டு மதுபானக் கடைகளுக்கு அனுமதி கொடுத்துச் சில நபர்கள் மட்டுமே லாபம் பெறும் கொள்கையைக் கொண்டவை நம் அரசுகள். உள்ளூர் அளவில் பணப்புழக்கம் ஏற்பட வழிவகுக்கும் கள் இறக்கும் தொழிலைத் தடை செய்து வைத்திருக்கின்றன. கள் இறக்குபவர்களைக் குற்றவாளிகளாகக் கருதும் மக்கள் விரோதப் போக்கைக் கொண்டவை இந்த அரசுகள்.

ஆக, மதுவிலக்கினால் பெரும் துயரத்திற்கு ஆளான தம் சொந்த சாதி மக்களுக்கு ஆதரவாகக் கள் இறக்க அனுமதி வேண்டும் என்னும் போராட்டத்தில் ஈடுபட்டார் மோளிப்பள்ளி வி. ராமசாமி அவர்கள். மதுவிலக்கைக் கொண்டுவருவதும் தளர்த்துவதும் என அரசுகள் மாறி மாறி எடுத்த நிலைப்பாடுகளினால் அந்தப் பகுதி நாடார்களின்

பிரச்சினையைக் கையிலெடுக்கும் ஆஸ்தானத் தலைவராக ஆகிவிட்டார். அதைக்கொண்டு சாதி முத்திரை குத்தவேண்டாம் எனக் கேட்டுக்கொண்ட அவர், தாம் முன்னின்று கட்டிய தொழிற்சங்கங்கள், போராட்டங்கள் எனப் பலவற்றைப் பட்டியலிட்டுக் காட்டினார்.

அவருடைய ஊர்க்காரனாக இருந்தும் அவரை அறிந்து கொள்ளாத என்மேல் கோபம் ஏற்பட்டது. இப்போதேனும் அவரைச் சந்திக்க வாய்ப்பு ஏற்பட்டதற்கு மகிழ்ந்தேன். சட்டமன்ற உறுப்பினர் ஒருவர் எனக்காகச் சில மணி நேரங்களை ஒதுக்கியதும் சந்தோஷமாக இருந்தது.

பின், சிறுநோட்டை என்னிடம் கொடுத்துச் சில தொலைபேசி எண்கள், முகவரிகள் ஆகியவற்றைக் குறித்துக் கொடுக்கச் சொன்னார். செய்து தந்தேன். சிலவற்றைப் படித்துக்காட்டச் சொன்னார். பொறுமையாகப் படித்தேன். அவருடைய கண் பார்வை வெகுவாகக் குறைந்துவிட்டது போல. எனினும் கண்ணாடி அணியவில்லை. அத்தனை நேரம் வரைக்கும் அவரைப் பார்க்க ஒருவரும் வரவில்லை.

உதவியாளர்கூட இல்லாமல், முதிய வயதில், தன்னந் தனியாக அவர் சென்னை வந்து தங்கியிருப்பதைக் காணக் கஷ்டமாக இருந்தது. அவரைச் சந்தித்துப் பேசிய மனநிறைவோடு விடைபெற எழுந்தேன். அவருடனே இரவு தங்கிக் கொள்ளலாம் என்று வற்புறுத்தினார். நான் எவ்வளவோ சொல்லியும் வற்புறுத்தலை விடவில்லை. முதுமையும் தனிமையும் அவ்வாறு வற்புறுத்த அவரைத் தூண்டியிருக்கக் கூடும். எனினும் தங்காமல் விடைபெற்றுக் கொண்டேன்.

ஒரு மாதம் கழிந்திருக்கும். ஊருக்குச் சென்றேன். என் அம்மா பூரிப்போடு சொன்ன செய்தி வியப்பானது. எங்கள் ஊருக்கு ஏதோ நிகழ்ச்சிக்கு வந்த மோளிப்பள்ளியார், விசாரித்துக்கொண்டு எங்கள் வீட்டுக்கு வந்திருக்கிறார். நிலத் திற்குள் தனியான ஓலை வீட்டில் என் அம்மா மட்டும் வசித்துக் கொண்டிருந்தது. என்னைச் சென்னையில் பார்த்த தையும் என் நலத்தையும் கூறிவிட்டு அம்மாவுக்குத் தைரியம் சொல்லிச்சென்றாராம். சாப்பிடச் சொல்லியும் கேட்காமல் மனுசன் மோர் மட்டும் குடித்துவிட்டுப் போய்விட்டார் என அம்மா வருத்தப்பட்டது.

அப்பேர்ப்பட்ட மனிதர் அவர்.

புதுவிசை, ஏப்ரல் - ஜூன் 2005

❖ ❖

சுழல்

மெரினா கடற்கரை என் மனதுக்கு ரொம்பவும் அணுக்கமானது. சில ஆண்டுகள் தினந்தோறும் அதன் மணலில் கால்பதிக்கும் பேறு பெற்றேன். கடற்கரையை ஒட்டியிருந்த விடுதியில் ஓராண்டு தங்கியிருந்தபோது அலையோசையைத் தியானித்தபடி இரவுகளைக் கழிப்பதுண்டு. முழுநிலா இரவுகளில் உயரும் அலைகளின் ஆர்ப்பரிப்பு மனச்சாந்தி தரும். கட்டுக்கடங்காத வியப்பு கடல். மெரினாவைப் பொறுத்தவரை கடலைப் பார்ப்பதை விடவும் கேட்பதில்தான் விருப்பம் அதிகம். இரவில் வெகுதூரத்திற்குக் கேட்கும் ஓசை வெறும் இரைச்சல் அல்ல. ஒழுங்குக்கு உட்பட்ட தாள லயம். ஒழுங்கற்ற ஒழுங்கு.

ஆனால் கடலோரம் போகவோ நீரில் கால் நனைய ஓடி விளையாடவோ உள்ளிறங்கி நீந்திக் கண் சிவக்கவோ பிரியமில்லை. மெரினாவின் கடற்கரைக் கலாச்சாரம் அப்படிப்பட்டது. வெளித்தள்ள அலைகள் முயன்றாலும் முடியாத அளவு கழிவுகள். சாதாரண மனிதனை அச்சுறுத்தும் நிகழ்வுகளும் அங்கே ஏராளம். "ஒரு ஐஸ் எவ்வளவு?" என்று கேட்டால் "ஒன்னு ஐம்பது" என்று பதில் வரும். வாங்கிச் சாப்பிட்டபின் ஒரு ரூபாய் ஐம்பது பைசா கொடுத்துவிட்டு வந்துவிட முடியாது. ஒன்னு – ஐம்பது. அதாவது ஒரு ஐஸ் –ஐம்பது ரூபாய். ஐம்பது ரூபாய் கொடுக்கச்சொல்லி பயமுறுத்தல். இந்தத் தகராறைச் சமாதானப்படுத்தி இணக்கம் ஏற்படுத்தச் சில ஆட்கள். "சரி சரி நாப்பது கொடுங்க" கடைசியில் இருபத்தைந்து ரூபாயாவது

கரித்தாள் தெரியவில்லையா தம்பீ...

கொடுக்கவேண்டியிருக்கும். கடற்கரையின் குறிப்பிட்ட பகுதியில் வித்தியாசமான விபச்சாரம் ஒன்று நடக்கும். கடற்கரையின் பல இடங்களில் காணும் ஜோடிகளைப் போலவே தோற்றம் தரும் ஆணும் பெண்ணும். தூரத்தில் இருந்து பார்த்தால் நெருக்கமாக உட்கார்ந்திருக்கும் காதலன் காதலி, கணவன் மனைவி என்றே நினைக்கத் தோன்றும். அங்கே நிகழ்வது இதுதான். ஆண்குறியைத் தன் கையால் தடவிக் கொடுத்து எழுச்சி ஊட்டி புணர்ச்சி இன்பத்தை ஆணுக்கு உண்டாக்குவாள் அந்தப் பெண். கைக்குப் பதிலாக வாயையும் பயன்படுத்துவதுண்டு. அதற்குக் கூடுதல் கட்டணம். இது மும்முரமான தொழில் அங்கே. பெண்கள், தரகர்கள், அந்தப் பகுதியில் அந்நியர் நுழைந்துவிடாதபடி காவல் காப்போர், வாடிக்கையாளர்கள் எனப் பல தரப்பினர் அங்கே திரிவார்கள். காவல்துறைக்கும் பங்குண்டு. தப்பித் தவறி சம்பந்தப்படாத, விவரம் தெரியாத யாரும் அந்தப் பக்கம் போய்விட்டால் காதுகூசும் வசவுகளைக் கேட்க வேண்டியிருக்கும். இடம் விட்டு உடனே விலகிப் போகாமல் வாதம் செய்தால் அடிபடவும் நேரலாம்.

இவற்றை எல்லாம் கவனிக்காத "ஓடும் செம்பொன்னும் ஒக்கவே நோக்கும்" பார்வை கொண்டவர்களாக இருப்பினும் அவர்களையும் ஈர்த்து விடும் பெருமை இளங்காதலர்க்குண்டு. பதினாறு, பதினேழு வயதிருக்கும் இளஞ்சோடி ஒன்று சுற்றுப்புறம் பற்றிய உணர்வற்று, சீரணி அரங்கத்திலிருந்து கடற்கரைச் சாலை வரைக்கும் மாறி மாறி முத்தமிட்டுக்கொண்டே நடந்து வந்த காட்சியைச் சாலையில் கூடிய பெருங்கூட்டம் பார்த்து ரசித்த நிகழ்ச்சி இன்னும் என் கண்ணிலிருக்கிறது. யாரைச் சொல்வது? சூழல் மறந்த காதலர்களையா? விவஸ்தை கெட்டுப் பார்த்துச் சிரித்த மந்தை மனிதர்களையா? குழப்பம்.

இதுபோன்ற பல காரணங்கள் கடலைப் பார்ப்பதை விடவும் கேட்பதில் என் ஆசையைப் பெருக்கின. நீரைக் கண்டால் குதித்து நீந்தப் பரபரக்கும் மனத்தைக் கட்டுப்படுத்துவது எனக்குச் சிரமம். எனினும் மெரினா கடற்கரை நீரிலிருந்து விலகியே இருக்க நேர்ந்தது.

உள்ளமுங்கிக் கிடந்த கடல் நீச்சல் ஆசையை வெளிப்படுத்தும் சந்தர்ப்பம் ஒன்று வந்தது. வங்காள விரிகுடா என்னை விடவில்லை. 1994ஆம் ஆண்டு என்று நினைக்கிறேன். ஓவியர் ஆதிமூலம் அவர்களைக் கணையாழிக்காக நேர்காண நண்பர் மாரிமுத்து (யூமா. வாசுகி) என்னையும் அழைத்தார். சோழமண்டலம் ஓவியர் கிராமத்தைப் பார்க்கும் விருப்பில் அவருடன் சென்றேன். சந்தடியிலிருந்து வெகுவாக விலகி

யிருந்தது அப்பகுதி. பலவித வண்ணங்களால் நிரம்பியும் நிரம்பாமலும் இருந்த கேன்வாஸ்கள் சூழ ஆதிமூலம் அவர் களோடு பேசிக்கொண்டிருந்த ஆனந்தம். வனப்பகுதிக்குள் தன்னந்தனியாக நுழைந்து செல்வதற்கு ஒப்பானது. தொடக்க காலத்தில் அவர் வரைந்த கோட்டோவியங்கள் சிலவற்றையும் பார்த்தோம். உருவங்களைப் பிரதானப்படுத்தும் தோற்றத்தைத் தாண்டிப் பலவித உணர்வு நிலைகளுக்கு ஆட்படுத்தின அவை. கிட்டத்தட்ட மூன்று மணி நேரம். கருப்பைக்குள் இருந்து வெளியேறும் புத்துணர்ச்சியோடும் வியப்போடும் விடைபெற்றோம்.

கிராமத்தின் பின்புறம் இருக்கும் கடலைக் காணவேண் டும் என்று விரும்பினேன். ஆளரவமற்ற மணலினூடே சிறிது தூரம் நடந்தோம். குத்துச்செடிகள் பெருகியிருந்த பகுதியில் இடைவெளி வழிகளில் புகுந்து சென்றோம். திடுமெனக் கடல் சமதளப் பரப்பாய்க் காட்சி தந்தது. கொஞ்சம் கொஞ்ச மாய்க் கடலின் தோற்றம் பெருகிற்று. கரையற்ற கடல். சிறு குத்துச் செடி மறைப்பில் கடல். மனிதச் சுவடே அற்ற கடல். சிறுவரப்பாய் நீண்டு போகும் கரையின் வெகுதூரத்தில் ஒன்றிரண்டு மீனவத்தலைகள். அவையும் சிறு புள்ளிகளாய். அலைகளின் வரவேற்பில் உற்சாகம் பெற்றேன். உண்மை யாகவே இப்போதுதான் கடலைக் காண்கிறேன் என்று உணர்ந்தேன். ஓசையும், காட்சியுமாய்ச் சேர்கிறபோது கடல் கொள்ளும் கோலம் எல்லையற்றது. நீர்வெளியென விரிந்து சிறுதுளியாய் நம்மைச் சிறுகச் செய்யும் கோலம். அதனுள் கலந்து கரைய விருப்பம் மேலோங்கிற்று.

நீர்நிலைகளில் கிணறுதான் எனக்கு மிகவும் பிடித்தது என்றாலும் ஆறு, குளம், கடல் எதுவென்றாலும் நீந்தும் ஆசை குறைவதில்லை. நீருக்குள்தான் எல்லாவித ரகசியங் களும் புதையுண்டிருப்பதாகவும் இறங்கி நீந்தி அவற்றில் சிலவற்றையேனும் கண்டுணர முடியும் என்றும் மனம் நினைக்கிறது போலும். ஆனால் ரகசியங்களை மிகுவித்துக் கொண்டே போகிறது நீர். பார்ப்பதற்குச் சாதுவாகத் தோன் றும் நீருக்குள் எவ்வளவு உக்கிரம். பரந்த கடலில் நீந்தி விரியும் ஆசையில் ஆடைகளைக் களைந்தேன். மாரிமுத்து நீந்த வரவில்லை. துணையில்லை எனினும் நீந்தும் ஆசை குறையவில்லை. அடி அடியாக நீருக்குள் இறங்கினேன். சிறு நாய்க்குட்டியாய்க் காலில் விழுந்து புரண்ட அலை, உள்ளிறங்க இறங்க வேகமாய்த் தாக்கி நிலைகுலையச் செய்ய முயன்றது. மனம் குளிர, கண் சிவந்து எரிச்சல் கொள்ளும் வரை கடலை வெல்லும் பலத்தோடு நீந்தினேன். எனினும்

கடலின் வேகத் தாக்குதல் குறையவேயில்லை. தாக்குதலைத் தாக்குதலாலேதான் முறியடிக்க வேண்டும் என்னும் கொள்கை எனது. திருப்பித் தாக்க வியூகம் வகுத்தேன். பேரலை எழுந்து வரும்போது அதனுள் நீள்மீன் ஒன்றாய் கிழித்துப் பாய்ந்து விடத் திட்டமிட்டேன். என் திட்டத்தை அறிந்துகொண்ட கடல், மோதிப் பார்க்கும் உத்வேகத்தோடு பலவித அலை களை அனுப்பியது. அவற்றையெல்லாம் நிராகரித்துக் கொண்டே வந்தேன். எதுவும் எனக்குப் போதுமானதாக இல்லை. இன் னும் இன்னும் என்று கடலைத் தூண்டிற்று என்மனம். கடைசியாய் உள்ளிருந்து உயர்ந்து வரும் பேரலை ஒன்றை அனுப்பிற்று கடல். உக்கிரமாய் ஆர்ப்பரித்துக்கொண்டு, அண்ணாந்து பார்ப்பினும் உயரம் தென்படாமல் வரும் அலைத்திரள் அது.

உடலை லேசாக்கிக் கொண்டு தலைகீழாய் அலையைக் குறிவைத்துப் பாய்ந்தேன். அவ்வளவுதான். பேரிருள். சில கணங்கள் வெறுமையாகிப் போயின. என்ன முயன்றாலும் அந்தக் கணங்கள் வெற்றாகவே கழிகின்றன. நிரப்ப முடிய வில்லை. பின் என் தலை முற்றாக மணலுள் புதையுண்டிருப் பதை உணர்ந்தேன். உடல் பாரம் முழுக்கத் தலையில் இறங்கிப் பின்சாய்ந்ததால் தலை மணலுக்குள்ளிருந்து உருவி எடுக்கப் பட்டது. வந்த அலை வெற்றிக் களிப்போடு என்னை மேவி உள்ளே சென்றது. நினைவு திரும்பிற்று. ஆனால் புலன்கள் இயங்கவில்லை. காதுகள் சுத்தமாகக் கேட்கவில்லை. நாக்கு பேச்சை இழந்துவிட்டது. பிணமாய் நீரில். என்னுடைய அவஸ்தை எதுவும் அறியாமல் மாரிமுத்து கரைமேல் நிற்கும் காட்சி சிறிது சிறிதாய்த் தெரிந்தது. நீருக்குள் முங்கிக் குளிக்கும் ஆனந்தத்தில் நான் இருப்பதாக எண்ணிக் கையசைத்துச் சிரிக்கிறார். அந்தச் சிரிப்பு மாரிமுத்துவுடையதா? அல்ல, கடலின் சிரிப்பு. அல்ல, சாவின் சிரிப்பு. அல்ல, வாழ்வின் சிரிப்பு.

அந்தக் கணம் ஒரு சுழல். என்னைத் திருப்பிய சுழல். சிந்தனையை விஸ்தரித்த சுழல். அதற்குப் பின் என்னுள் எல்லாம் மாறிற்று. நம் கணிப்புகள் எல்லாம் எத்தனை தவறானவை. அவற்றை எந்த அடிப்படையில் நம்புவது? பேரலையைக் குறிவைத்துப் பாய்ந்தேன். குறிவைத்த கணத் திற்கும் பாய்ந்த கணத்திற்கும் இடையே எவ்வளவு நேரம் கழிந்திருக்கக் கூடும்? குறிவைத்த இடத்தில் அலை இல்லை. முன்னோக்கி நகர்ந்துவிட்டது. சாவு மணற்குழியாய் அங்கே நின்றிருக்கிறது. எனக்கும் மாரிமுத்துவுக்கும் இடையே எவ் வளவு தூரம்? இருபதடி தூரத்தில் வாழ்வின் கையசைப்பு.

அவற்றை உணர முடியாத மனம் வாழ்வின் ரகசியங்களை அறிந்துவிட்டதாய்க் கர்வம்கொள்ள என்ன இருக்கிறது?

எல்லையற்ற விஸ்தரிப்பின் பிரம்மாண்டமான கடலை எனக்குப் பழக்கமான கிணறுபோலக் கணித்திருக்கிறேன். கிணறு சொல்லாத அகன்றபரப்பைக் கடல் கொண்டிருத்தலை என் பழக்கம் தவறவிட்டிருக்கிறது. அர்த்தங்களின் தூரம் மிகக் குறுகியது. பாதத்தைத் தூக்கி அடிவைக்கையில் எவ்வளவு தூரத்தைக் கடந்துவிட முடியும்? அடிவானத்தைக் கண்கள் எட்டும். கால்கள்? கடல் கடலாகவே இருந்திருக்கிறது. நான் நானாக இல்லை. பேரலை என்னை ஏன் ஏமாற்ற வேண்டும்? மோதலைத் தவிர்த்தோடித் தப்பித்துக் கொள்வதில் வெற்றி இருக்கிறதா? கடலின் விளையாட்டோ இது? சற்றே விலகிக்கொண்டு கைகொட்டிச் சிரித்தல் கடலின் விளையாட்டுப் போலும். சாவு தன்னை அடையாளம் காட்ட என்னைத் தேர்ந்தெடுத்துக் கொண்டிருக்கிறது. சாவின் ருசி என்ன? அதன் அணைப்பின் தன்மை எது? அந்த நிகழ்வை ஒட்டி என்னுள் ஏராளமான தர்க்கங்கள். என் இயல்பென்று கருதிக் கொண்டிருந்தவை அனைத்தும் உதிர்ந்து போயின. நான் காணும் அனைத்திலும் நிரந்தரமாக ஒரு நிழல் கவிந்து போயிற்று. தீர்மானங்களற்ற இயக்கம். முடிவைக் கணிக்காத செயல்பாடுகள். என்ன இருந்து என்ன?

பாய்ந்த கணத்திற்கும் தலை சொருகிய உணர்வு வந்த கணத்திற்கும் இடையே இருளடைந்த, தேங்கிப்போன, நிரப்ப இயலாத வெற்றுவெளி நிரந்தரமாகிவிட்டது.

'குதிரை வீரன் பயணம்', ஆகஸ்ட் 2003

வண்ண வண்ணப் பூக்கள்

1991 டிசம்பரில் என் முதல் நூலும் நாவலுமான 'ஏறுவெயிலை' மிகுந்த சிரமத்துடன் வெளியிட்டோம். தோழர் சங்கர் அவர்களின் உதவியால்தான் அது சாத்தியமாயிற்று. அந்தக் கஷ்டங்களை எல்லாம் பொருட்படுத்தாத மனநிலையை, நாவலுக்கு வந்த விமர்சனங்கள் ஏற்படுத்தின. என் எதிர்பார்ப்பைத் தாண்டிய கவனம் நாவலுக்குக் கிடைத்ததில் மிகுந்த சந்தோசமாக இருந்தோம். அவையெல்லாம் உற்சாகமாக வடிவெடுக்கும் விதத்தில் ஒரு சம்பவம் நடைபெற்றது. பல்வேறு மனோபாவங்களை வெளிப்படுத்திய அச்சம் பவம் திரைப்படத் துறையோடு தொடர்புடையது.

1992 மார்ச் அல்லது ஏப்ரல் மாதமாக இருக்கக் கூடும். நாங்கள் அப்போது ஆலந்தூரில் பெரிய வீடொன் றில் தங்கியிருந்தோம். நாங்கள் என்றால் திருமண மாகாத 'தண்டுவன்களாகிய' ஆறுபேர். இரவு வெகு நேரம் வரைக்கும் பலவித கச்சேரிகள் நடக்கும். மறுநாள் விடுமுறை எனில் இரவு பகல்தான். காலையில் குறைந் தது பத்துமணிக்குமுன் வீட்டில் சிறு அசைவுகள்கூட இருக்காது. அப்படியான ஒரு நாள். காலை எட்டு மணிக்கே ஒருவர் வந்து எங்களை எல்லாம் பரபரப்பு டன் எழ வைத்துவிட்டார். வந்தவர் இளைஞர். ஒல்லிக் குச்சி உடம்புக்காரரான அவர் கோவைத் தமிழில் கலகலவெனப் பேசினார். திரைப்பட இயக்குநர் பாலு மகேந்திரா அவர்களின் உதவி இயக்குநர் என்று அவர் தன்னை அறிமுகப்படுத்திக்கொண்டார். அவர் பெயர்

தங்கவேல் என்கிற திருஞானசம்பந்தன். (தன்னுடைய உதவி இயக்குநர்களில் எதிர்காலத்தில் சிறப்பாக வரக்கூடியவர்கள் என்று பின்னொரு பேட்டியொன்றில் சில பெயர்களைப் பாலு மகேந்திரா குறிப்பிட்டிருந்தார். அதில் ‘திருஞானசம் பந்தன்’ பெயரும் இருந்தது. ஆனால் ஏனோ இன்னும் திரு ஞானசம்பந்தனுக்குக் கதவுகள் திறக்கப்படவில்லை.)

எங்கள் வீட்டில் திரைப்படத்துறை பற்றிஎதுவுமறியாத ஆனால் அதில் பெரிய ஆளாகிவிடுவோம் என்னும் கன வுடன் சிலர் இருந்தனர். அவர்கள் உள்ளிட்ட அனைவரையும் ‘பாலு மகேந்திரா’ என்னும் மந்திரச் சொல் எழுப்பிவிட்டது. நீண்ட வரவேற்பறையில் அவரைச் சுற்றிலும் உட்கார்ந்து கொண்டோம். திருஞானசம்பந்தன் நல்ல கதைசொல்லி என்பதை நிரூபிக்கும் விதத்தில் பேச ஆரம்பித்தார். பாலு மகேந்திராவை ‘எங்க டைரக்டர்’ என்று குறிப்பிட்டார். எங்கோ வெளியில் செல்வதற்காகப் புறப்பட்டார் பாலு மகேந்திரா. காரும் தயாராக இருந்தது. தன் அறையிலிருந்து வெளியே வந்தவர், வரவேற்பறையில் உட்கார்ந்தார். எதிரில் இருந்த நூல்களில் ஒன்றைக் கையிலெடுத்தார். பிரித்துப் படிக்கத் தொடங்கினார். முதல் பக்கம், இரண்டாம் பக்கம்... என்று போய்க்கொண்டேயிருக்கிறது. புத்தகத்தை அவர் கீழே வைக்கவேயில்லை. முழுவதையும் படித்து முடித்துவிட்டுத் தான் வைத்தார். வெளியே செல்கிற வேலைகள் எதுவும் அவர் நினைவுக்கு வரவில்லை. அப்படி அவர் படித்த நூல் ‘ஏறுவெயில்’. இப்படித்தான் தன் தொடக்கத்தை அமைத்துக் கொண்டார் திருஞானசம்பந்தன். அவர் சொன்ன முறை முழுவதையும் என்னால் பின்பற்ற முடியவில்லை. ஆனால் எவரையும் சட்டெனக் கவர்ந்துவிடும்வகைப் பேச்சு அது.

ஏறுவெயிலைப் படித்தவுடன் பெருமாள்முருகன் யார், எந்த ஊர் என்பதை விசாரித்தறியவும் சந்திக்க ஏற்பாடு செய்யவும் சொல்லிவிட்டார் பாலு மகேந்திரா. யார் யாரையோ கேட்டு, முக்கியமாக, பொன்னி அச்சகம் வைத் திருந்த தோழர் வைகறை அவர்களை அணுகி விசாரித்துத் தகவல்களைச் சேகரித்தாகவும் ஆலந்தூரில் அலைந்து இடத்தைக் கண்டுபிடித்ததாகவும் சொல்லி ஆசுவாசப்பட்டார். சம்பந்தன் அலைச்சல், விசாரிப்பு ஆகியவற்றை விரிவாகச் சொல்லி எங்களிடையே வியப்பை ஏற்படுத்தினார். மதிப்பான பார்வை யோடு அறை நண்பர்கள் என்னைக் கவனிப்பதை உணர்ந் தேன். நாவல் படியெடுப்பு வேலையை ஒரு மாதத்திற்குமேல் நான் செய்து கொண்டிருந்தபோது ஏளனமும் பரிகசிப்பும் நிரம்ப என்னைக் கடந்து சென்றவர்கள் அவர்கள். எழுத்தை உழைப்பாகக் கருதாமல் மந்திரம் போட்டதும் வந்து சேர்ந்து

விடும் வஸ்து என நினைப்பவர்கள் பலர் இருக்கிறார்கள். எழுத்துக்கென நேரம் செலவிடவேண்டும். உடல், மனம் இரண்டும் ஒத்துழைக்கும் விதத்திலான ஆரோக்கியம் வேண்டும் என்பதை உணர்ந்து கொண்டவர்கள் வெகுசிலரே. நாவல் அச்சாகி வெளிவந்த பின்னும் அதனைப் படிக்காத நண்பர்கள் அவர்கள். இப்போது அவர்கள்முன் கொஞ்சம் பெருமிதப் புன்னகை பொலிய நிமிர்ந்துகொண்டேன்.

அன்று மாலையே தங்கள் இயக்குநரை வந்து சந்திக்க வேண்டும் என்று வலியுறுத்தி, முகவரி கொடுத்து, வரும்வழி சொல்லிச் சென்றார் சம்பந்தன். அவரை எங்கள் எல்லோருக்கும் பிடித்துப் போனது. இன்னும் இவர் தயாரிப்பாளர் எவரையும் கவராமல் இருப்பது ஏன் என்று நான் யோசித்தேன். இருப்பினும் விரைவில் இவர் கதைசொல்லி ஜெயித்து விடுவார் என்று நம்பினேன். அவருடைய பேச்சில் மிகைப் படுத்தல் இருந்தது; திரைப்படத்துறை சார்ந்தவர்கள்மீது பொதுப்புத்தியில் இருக்கும் பிம்பத்தைத் தக்க வைத்துவிடும் நுட்பம் இருந்தது. அன்றைக்கெல்லாம் பாலு மகேந்திராவைப் பற்றிய பேச்சே இல்லை; திருஞானசம்பந்தனைப் பற்றித்தான். தென்னை மரத்தில் பசுமாட்டைக் கட்டும் கதை போலக் கடைசியாக 'இந்த அளவுக்கு இல்லைன்னா பாலு மகேந்திரா கிட்ட இருக்க முடியுமா' என்று முடியும் பேச்சு. அன்று மதிய உணவில் முட்டைப் பொரியல் இருந்தது. அது இருப்பின் ஆடம்பர உணவு என்று பொருள்.

நானும் சங்கரும் பாலு மகேந்திராவைச் சந்திக்கச் சென்றோம். சாலிகிராமம் பகுதியில் இந்திரா தெருவில் அவருடைய வீடு. சிரமம் எதுவும் இல்லாமல் வீட்டைக் கண்டு பிடித்துவிட்டோம். வீடும் அலுவலகமும் என அருகருகே. புதிய இடத்திற்குச் செல்வதில் எப்போதும் எனக்குத் தயக்கமுண்டு. சங்கர் முன்னால் சென்றார். அலுவலகத்தினுள் ஐந்தாறு பேர்கள் இருந்தனர். எங்களுக்குத் தெரிந்த ஒரு முகம் ஓவியர் ட்ராட்ஸ்கி மருது. அவர் இருந்ததைத் தைரியமாக உணர்ந்தேன். அப்போது வெளியாகி வெற்றிகரமாக ஓடிக்கொண்டிருந்த பாலு மகேந்திராவின் படம் 'வண்ண வண்ணப் பூக்கள்'. அதில் நடித்த மௌனிகா அங்கே இருந்தார். இயக்குநரிடம் எங்களை அறிமுகப்படுத்திக்கொண்டோம். மௌனிகாவிடம் அறிமுகப்படுத்தி 'இவருடைய நாவலை நீ படிக்கணும்' என்றார். எங்களிடம் 'இவங்க நெறையப் படிப்பாங்க' என்றும் சொன்னார். 'ஏறுவெயிலை'ப் பற்றிய தன்னுடைய உணர்வுகளை என்னிடம் பகிர்ந்து கொண்டார். சில பகுதிகளைச் சொல்லிப் பாராட்டினார். பின் 'ஏறுவெயிலை'ப் படமாக்கும் எண்ணம் தனக்கிருப்

பதாகக் கூறினார். எனக்கு எதிர்பாராத மகிழ்ச்சி. நாவலைப் பாராட்டத்தான் அவர் அழைத்திருப்பார் என நினைத்திருந் தேன். படமாக்கும் அளவு செல்லும் என நான் நினைக்க வில்லை. ஒரு வாரத்தில் நாவல் சுருக்கம் ஒன்றைப் பத்துப் பக்கங்களுக்குள் எழுதிக்கொண்டு வரும்படிச் சொன்னார். பாலு மகேந்திரா மிகக் குறைவாகவும் நிதானமாகவும் பேசினார். மனம் கொள்ளும்படியான வார்த்தைகளைப் பயன்படுத்தினார். நிழற்படங்களில் கண்டிருந்த தோற்றத்திற் கும் நேரில் கண்டதற்கும் வேறுபாடு எதுவும் தெரியவில்லை. அச்சமயத்தில் அர்ச்சனாவின் நிழற்படங்கள் பல பிரதியாக அவர் மேஜைமேல் இருந்தன. அவற்றைப் பார்க்கக் கொடுத் தார். சென்னைக்கு அருகிலுள்ள ஏதோ ஒரு ஊர், கோயில் ஆகியவற்றின் பின்னணியில் எடுக்கப்பட்ட படங்கள். தெளி வும் துல்லியமும் கூடிய அத்தகைய நிழற்படத்தை நான் அதற்குமுன் பார்த்ததில்லை. இயல்பாகவே பாவனைகள் பொருந்திய, அழகிய விழிகளும் விழிமொழியும் கொண்ட அர்ச்சனா அந்தப் படங்களில் வெளிப்பட்டிருந்த விதம் பிரமாதமாக இருந்தது. அர்ச்சனாவின் திறமை பற்றிச் சில வரிகள் புகழ்ந்து விட்டு 'இவுங்களும் அப்படி வருவாங்க' என்று மௌனிகாவைச் சொன்னார். எங்களை அத்தனை இயல்பாக நடத்திய விதம், சகஜமாக நாங்கள் உணரவும் பேசவும் வைத்தது. வெற்றிகரமான இயக்குநர், கலைத்தரமான படங்களைத் தந்தவர் என்னும் ஒளிவட்டங்கள் எதுவும் அவரிடமில்லை. 'வண்ண வண்ணப் பூக்கள்' படத்தைப் பார்த்தோம் என்று சொன்னதும் அதன் அனுபவத்தைச் சொன்னார். எழுதப்பட்ட திரைக்கதை அப்படியே படமாக்கப் பட்டிருந்தால் மிகச் சிறந்த படம் கிடைத்திருக்கும் என்றார். வணிகத்திற்காக நிறைய மாற்றங்கள் செய்ததில் அடிப்படைத் திரைக்கதையே சிதைந்துபோய்விட்டது என்றார். பேச்சினூடே 'மார்கயூஸ் புத்தகங்களைப் படிக்க வேண்டியது அவசியம்' என்றார். கிட்டத் தட்ட ஒரு மணிநேரத்திற்கு அங்கே இருந்தோம்.

வெளியே வந்தபோது ஏறுவெயில் படமாகும் விஷயம் மட்டுமே எங்களிடம் மிஞ்சியிருந்தது. தோழர் சங்கர் ஒரு கம்யூனிஸ்டுக்கே உரிய பிரச்சார ஆர்வம் மிகுதியாகக் கொண் டவர். ஆகவே ஏறுவெயில் படமாவதைப்பற்றி பலவிதமான கதைகளைப் பரப்பலானார். என் பங்குக்கு ஒரேஒரு விஷ யத்தை மட்டும் சொல்லிவிட்டேன். சங்கர் ஓரளவு நிறத்துடன் திரைப்படங்களின் இரண்டாம் கதாநாயகன் போன்ற தோற்றத்துடன் இருப்பார். இரண்டாம் கதாநாயகர்களுக்குக் கதாநாயக வாய்ப்பும் சில படங்களில் அமைந்துவிடுவது

உண்டல்லவா. ஆகவே 'ஏறுவெயில்' படத்தின் கதாநாயகன் சங்கர்தான் என்றும் கதாநாயகி மௌனிகா என்றும் சொல்லி வைத்தேன். அவரும் அதனைப் பிரியத்தோடு ஏற்றுக்கொண் டார். அவருக்கு ஒரேஒரு சிறு வருத்தம். பாலு மகேந்திராவின் அலுவலகத்தில் மௌனிகாவைப் பார்த்தபோது அவருடைய கால்களில் வெடிப்பு காணப்பட்டதாம். கால் வெடிப்புடைய நடிகை தனது கதாநாயகி என்பதுதான் அந்த வருத்தம். படத்தில் கால் வெடிப்பு ஒன்றும் தெரியாது. கவலை வேண் டாம் என்றேன் நான்.

சந்திக்கும் தோழர்கள், நண்பர்கள், உறவினர்கள் என எல்லாப் பக்கமும் இதே கதைதான். சங்கருக்கும் மௌனிகா வுக்கும் சென்னை அண்ணாசாலையில் கட் – அவுட் வைக்கப் போகிறார்கள் என்றோம். கையில் சோடாப்பாட்டிலோடு சங்கர் நிற்கும் கட் – அவுட் வருணனையைப் பிரமாதமாகச் செய்தோம். நாவலுக்குள் சோடாக்கடை வருவதால் கையில் சோடாப்பாட்டில். படப்பிடிப்புத் தேதியை நாங்களே முடிவு செய்து சொன்னோம். யாருக்கும் நாங்கள் சொல்வதில் சந்தேகம் வரவில்லை. சிலர் இது உண்மையாக இருக்கக் கூடாது என்று விரும்பினார்கள். சிலர் பொறாமைப்பட்டார் கள். எப்படியோ, போகுமிடங்களில் எல்லாம் மரியாதையும் கவனிப்பும் கூடின. தோழர்கள் சிலர் 'சினிமா சாக்கடையில் நீங்களும் போய் விழறீங்களா' என்று கேட்டு அறிவுரை சொல்லத் தொடங்கினர். தோழர் ஒருவர், 'ஷோபாவைக் கொன்னாரே அவரா டைரக்டரு' என்று குரூரமாகக் கேட்டார்.

இதற்கிடையே நாவலைக் கதையாகச் சுருக்கி எழுதி பாலு மகேந்திரா இல்லாத ஒரு சமயத்தில் அவருடைய அலுவலகத்தில் கொடுத்து வந்தோம். எனக்கு 'ஏறுவெயில்' படமாவதில் உறுதி ஏற்படவில்லை. பலவிதக் காரணங்கள். 'ஏறுவெயில்' கிராமத்தை மையமாகக் கொண்டது. பாலு மகேந்திரா இதுவரைக்கும் கிராமத்துக் கதையைப் படமாக்கிய தில்லை. கதாநாயகன், கதாநாயகியரை மையமிட்டதில்லை 'ஏறுவெயில்'. இப்படிப் பல. ஒருவன் சிறுவனாக இருந்து இளைஞனாக மாறுவதைச் சட்டென இல்லாமல், நிகழ்வுப் போக்கில் எப்படித் திரைப்படத்தில் கொண்டுவரமுடியும் என்றுகூட எனக்கு சந்தேகம் தோன்றியது. கவிஞர் சுகுமாரன், அது பெரிய விஷயமில்லை. ரொம்பச் சுலபம் என்று சொன் னார். ஒருபக்கம் படமாவதுபற்றி உற்சாகமாகக் கதைகளைப் பரப்பிக்கொண்டும் இன்னொரு பக்கம் வெகுவாகக் குழம்பிக் கொண்டும் இருந்தேன். படத்தில் டூயட் பாடல்கள் எந்தெந்த வெளிநாடுகளில் எடுக்கப்படும் எனவும் கதை பரப்பினோம்.

எங்களுக்கு வெளிநாட்டு வாய்ப்பு இருப்பதைப் பலரால் ஜீரணித்துக்கொள்ள முடியவில்லை. எனினும் அதையெல் லாம் உற்சாகமாக ரசித்துக் கொண்டிருந்தோம். திரைப்படத் துறையில் நுழைந்து பணமும் புகழும் சம்பாதிக்க வேண்டும் என லட்சியம்கொண்டிருந்த சிலர், பாலு மகேந்திராவிடம் சேரப் பரிந்துரை வேண்டினர்.

பின்னொருநாள் பாலு மகேந்திராவிடம் இருந்து அழைப்பு வந்தது. கன்னடப்படம் ஒன்று இயக்குவதாகச் சொன்னவர், 'ஏறுவெயிலு'க்குத் தயாரிப்பாளர் கிடைக்கவேண்டும். பின் னால் பார்க்கலாம் என்று சொல்லி விட்டார். இப்படி வரும் என்று ஓரளவு ஊகித்திருந்ததால் அதிகமான ஏமாற்றம் ஏற்படவில்லை. எனினும் மேலும் சில நாட்கள் கதை பரப்பு வதை நிறுத்தவில்லை. உற்சாகமாகத் தொடர்ந்துகொண்டிருந் தோம். சலித்துப்போய் கொஞ்சம் கொஞ்சமாக நிறுத்தி விட்டோம்.

எனக்கு இதில் ஒரு வருத்தம் இன்னும் நீங்கவில்லை. படமாக்கம் பற்றிய பல கதைகளைக் கேட்ட பின்னும் நண்பர்கள், தோழர்கள், உறவினர்கள் எவரும் 'ஏறுவெயிலை'ப் படிக்க வேண்டும் என்று விரும்பி நூலைக் கேட்கவில்லை; படிக்கவுமில்லை.

'கணையாழி' செப்டம்பர் 2004

முதல் கடிதம்

எனக்குக் கடிதங்கள் வரத் தொடங்கியதும் நான் கடிதம் எழுதத் தொடங்கியதும் எனது பதினைந்தாவது வயதில்தான். அப்போது பத்தாம் வகுப்புப் படித்துக் கொண்டிருந்தேன். ஒன்பதாம் வகுப்பில் என்னோடு மணிவண்ணன் என்னும் நண்பன் படித்தான். அவன் சேலத்தில் இருந்து திருச்செங்கோடு வந்து கிறித்தவப் பாதிரியார் ஒருவர் ஆதரவில் தங்கியபடி பள்ளிக்கு வந்தான். நன்றாகப் பாடுவான். திரைப்பட இயக்குநர் ஆகும் லட்சியம் அப்போதே அவனுக்குள்ளிருந்தது. பாட்டு, கவிதை என இடைவிடாமல் பேசுவோம். எங்களைப் பெருநட்பு பிணைத்திருந்தது. ஆனால் அவன் குடும்பச்சூழல் காரணமாக மேற்கொண்டு படிக்க இயலாமல் சேலத்திற்குப் போய்விட்டான். அவ்வாண்டு முடிவில் நாங்கள் புகைப்படம் எடுத்துக் கொண்டோம். ஆயுள் முழுக்க நட்பைத் தொடர்வதெனவும் சங்கல்பம் செய்தோம். அதன்படி அவன் எனக்குக் கடிதம் எழுதினான்.

பிரிவின் துயர் தாளாத சொற்கள் அக்கடிதத்தில் இருந்தன. அவன் கடிதத்தை வைத்துக் கடிதம் எழுதும் முறையைக் கற்றுக்கொண்டேன். அவன் எங்கெங்கே எவ்வெவற்றை எழுதியிருந்தானோ அப்படியே நானும் எழுதினேன். அவன் பிரிவு என் மேட்டாங்காடுகளில் கொடுவெயிலாய்ச் சுடும் வேதனையைப் பிள்ளைக் கவிமொழியில் தீட்டினேன். அதுதான் என்முதல் கடிதம்.

அவனும் நானும் சில ஆண்டுகள் தொடர்ந்து எழுதிக் கொண்டோம். பதின்வயதில் எழுதுவதன் உள்ளெல்லாம் காதல் பொங்கிப் பெருகுவது இயல்புதான். எங்கள் கடிதங்கள் அவ்விதமே அமைந்தன. இப்போது யோசித்தால், அப்பருவ உணர்வுகளுக்கு வடிகாலாக அந்தக் கடிதத் தொடர்பைப் பயன்படுத்திக்கொண்டோம் என்றே தோன்றுகிறது.

ஆனால், கடிதங்கள் எழுதுவதில் மிகுந்த தேர்ச்சி பெற்றும் கடிதங்கள் வராத நாட்களை வெறுமையாய் உணர்ந்தும் பழகியபின்தான் என் முதல் காதல் கடிதத்தை எழுதினேன். இலக்கியம், சமூகம், வாழ்க்கை பற்றியெல்லாம் ஏராளமாக அறிந்துகொள்ளவேண்டும் என்னும் குறுகுறுப்பு வேகமாகச் செலுத்திக்கொண்டிருந்த என் இருபத்து நான்காம் வயதில் அந்த வாய்ப்பு கிட்டியது. கடிதம், என் காதலை வெளிப்படுத்துவதாக மட்டும் இல்லாமல், காதலை ஏற்றுக்கொள்ளச் செய்வதாகவும் அமைய வேண்டும். கவிதைகளும் கதைகளும் எழுதிப் பயின்று நாவலில் நிலைகொண்டிருந்த காலம் அது. காதல் கடிதத்தை எப்படித் தொடங்குவது என்றோ என்னவெல்லாம் சொல்வது என்றோ தெளிவே கிட்டவில்லை. பகலெல்லாம் சென்னை நகரத் தெருக்களில் நடந்துகொண்டேயிருப்பேன். இரவுகளில் கூரையை வெறித்தபடியோ வானம் பார்த்தபடியோ கிடப்பேன். எங்கிருந்தும் எனக்குத் தொடங்கச் சொல் கிட்டவில்லை.

எதையும் மனத்தில் முழுமையாக, வரிவிடாமல் எழுதிப் பார்த்துக்கொண்ட பின்னரே பேனாவைத் திறப்பது என் வழக்கம். எழுத வேண்டிய விஷயம் தெளிவாக இருந்தும் ஒரு சொல்லும் தோன்றாத அவஸ்தையை எப்படி விளிப்பது, முகம் திருப்பல்களில் பளீரிடும் ஒற்றைக்கல் மூக்குத்தியாய் அவள் என் மனத்தில் படிந்திருப்பதை எப்படி விளக்குவது, அவள் என் எதிரில் இருப்பதாய் நிகழ்த்திக்கொண்டிருக்கும் உரையாடல்களை எவ்விதம் விவரிப்பது, அவளுக்குள் என்னைப் பற்றிய பரிசீலனை இருக்கிறதா, இல்லாவிட்டால் அதை உருவாக்கவேணும் செய்ய வேண்டுமே, எப்படி எழுதுவது? காதல், சுலபம். காதலை உணர்த்துவதுதான் கடினம்.

காதலைப் பற்றி நினைக்கும்போதெல்லாம் தவிர்க்க இயலாமல் மலர்களே மனத்தில் தோன்றுகின்றன. காதலுக்கும் மலருக்கும் அப்படியென்ன தீராப் பிணைப்பு? 'மலரினும் மெல்லிது காமம்' என்பதாலா? மலர் மலரும் முறைபாடும் காதல் உருவாகும் முறைபாடும் ஒன்றாக இருப்பதுதான் காரணம். மனவெளி முழுக்க ஒற்றை மலர் இதழ் விரித்து ஆக்கிரமித்துப் பரவியுள்ள அந்த அனுபவத்தை, லௌகீகக்

காரியங்களுக்காக மனிதன் கண்டுபிடித்த மொழிகொண்டு உணர்த்துவது இயலாதுதான். அந்த இயலாமையின் விரட்டலில் அலைக்கழிந்த நாளொன்றின் முன்னிரவு. அப்போது நண்பர்களுடன் கோட்டூர்புரம் பகுதியில் தங்கியிருந்தேன். அண்ணா பல்கலைக்கழகம் எதிரே காந்தி மண்டபம் நிறுத்தத்தில் இறங்கிச் செல்லவேண்டும். கோட்டூர்புரம் சாலையில் போக்குவரத்து நெரிசல் இருக்காது. அவ்வழியாகச் செல்லும் பேருந்துகள் மிகக்குறைவு. அங்குக் குடியிருப்போர் இருசக்கர வாகனங்கள் வைத்திருப்பது நல்லது. இல்லையெனில் நடந்துதான் போகவேண்டும். எனக்கு அந்தச் சாலை மிகவும் பிடித்தமானது. முன்னிரவு நேரங்களில், பாதை முடியவே கூடாது என்னும் விருப்பத்துடன் மெதுவாக ஊர்ந்து நடப்பேன். அப்படிப்பட்ட ஊர்தலின்போது சட்டெனத் தோன்றியது, 'அவளுடைய பெயரை விளித்துக் கடிதத்தைத் தொடங்கலாமே. அவள் பெயரைவிட அழகான, பொருத்தமான வார்த்தை என்ன இருக்கிறது?'

தொடக்கம் கிடைத்துவிட்டால் முழுமையுமே முடிந்தது போலத்தான். எல்லாமே தொடக்கத்துள் இருக்கிறது. பெரும் பயணத்தின் முடிவற்ற பாதைக்கான நுழைவாயில், தொடக்கம் என்னும் முடிச்சுக்குள் முடங்கி நிற்கிறது. முடிச்சை அவிழ்த்தெடுத்துவிட்டேன். அன்றைக்கு இரவே கடிதம், பிரவாகமாய்ப் பெருகித் தன்னை முடித்துக்கொண்டது. அந்த தொடக்கச்சொல்லை எழுதியபோது அதை மீண்டும் மீண்டும் வாசித்து மனத்தை நிரப்பிக்கொண்டேன். அத்தனை அற்புதமாக அமைந்துவிட்டது கடிதத்தின் தொடக்கமாகிய மந்திரம்.

பிறகும் கடிதம் பல நாட்கள் என்வசமேயிருந்தது. தினந்தோறும் கடிதத்தைப் படிப்பதும் திருத்தங்கள் செய்வதுமாய் இருந்தேன். ஒரு வழியாய் 'போதும்' என்று தோன்றியதும் படி எடுத்தேன். முழு வெள்ளைத்தாளில் ஐந்தாறு பக்கங்கள் கொண்ட நீண்ட கடிதம். முதலில் எழுதிய அந்தப் பிரவாகம் தினசரித் திருத்தங்களில் மெல்ல மெல்ல வடிந்து, காரியார்த்தமான கடிதம் ஒன்றாய் வடிவம் பெற்றிருந்தது. காதலின் பிரவாகத்தைக்கூட அப்படியே வெளியிட்டுவிட முடியாத மொக்கைத்தனம் எங்கிருந்து வந்தது? அவளைத் திருமணம் செய்து குடும்பம் நடத்தும் தீவிரம் என்னுள்ளிருந்தது. அதனைச் சாதிக்கும் வல்லமை இந்தக் கடிதத்திற்கு வேண்டும் என்று கருதிச் செதுக்கியதால் மென்மையும் பாவனைகளும் பொதிந்ததாக மாறிவிட்டது. நடைமுறை வாழ்க்கை, எல்லாவற்றையும் பாவனைகளாகத் திரித்துவிடும் இயல்புடையது. என் காதலும் அதற்குள் சிக்கிக்கொண்டது.

பெருமாள்முருகன்

அன்றாடம் அவளைப் பார்க்க வாய்க்கும். ஆகவே நேரில் கையில் சேர்த்துவிடலாம் எனத் திட்டமிட்டேன். என் பையில் கடிதம் பத்திரமாக இருந்துகொண்டே இருந்தது. அவளைச் சந்தித்து வழக்கம் போலத் திரும்பிக்கொண்டே யிருந்தேன். கடிதத்தை அவளிடம் நீட்டும்போது ஒருசில சொற்களாவது பேசவேண்டுமே. அவற்றைத் தீர்மானிக்க முடியவில்லை. கடிதம் பற்றிப் பேச நினைத்தால் உதடுகள் பிரிபடாமல் ஒட்டிக்கொண்டன. காதல் அவிழ்வதற்கெனச் சில கணங்களும் சில இடங்களும் அமைய வேண்டும்போல.

அப்படி எனக்கு அமைந்த இடம், அடையாறு ஆலமரம் கிளை பரப்பி விரிந்திருந்த பிரம்ம ஞான சபை வளாகம். என் எதிர்காலம் முழுவதையும் தீர்மானிக்கும் சக்தி பெற்றிருந்த நகரம் சென்னை. அங்குப் பல இடங்கள் எனக்கு முக்கியமானவை. சென்னைப் பல்கலைக்கழக மெரினா வளாகம், திருவல்லிக்கேணி, மேத்தா நகர், சூளைமேடு, எம்.எம்.டி.ஏ.காலனி, கோட்டூர்புரம், ஆலந்தூர், பழவந்தாங்கல், நுங்கம்பாக்கம் ஆகியவை மிக முக்கியமானவை. ஆனால் எல்லாவற்றையும்விடவும் அதிமுக்கியத்துவம், பிரம்ம ஞான சபை வளாகத்திற்குத்தான் உண்டு. அங்கிருந்த நூலகத்திற்கு ஆய்வுக்குறிப்புகள் சேகரிக்க வழக்கமாகச் செல்வாள். 'ஸ்திரீ தர்மம்' என்னும் பழைய பெண்கள் இதழ் ஒன்றைப் பற்றியது அவள் ஆய்வு. அதனை வெளியிட்டது பிரம்ம ஞான சபை. டாக்டர் முத்துலட்சுமி ரெட்டி அதற்கு ஆசிரியராக இருந்துள்ளார். பிரம்ம ஞான சபை நூலகத்தில் பாதுகாக்கப்பட்ட அவ்விதழ்ப் பிரதிகளைப் பார்க்க, குறிப்பெடுக்க அங்கே செல்வாள். பெரும் காடாக நீண்டு செல்லும் அவ்வளாகப் பாதையில் அவளோடு ஏற்கெனவே சென்றிருக்கிறேன். ஆட்கள் அதிகம் நடமாடாத அவ்விடத்தையே தேர்ந்தெடுத்தேன்.

பல்கலைக்கழகத்திலிருந்து அவள் பேருந்து ஏறினாள். அடுத்த பேருந்தில் நான் ஏறினேன். நான் இறங்கிப் பாதையில் நடக்கையில், எதிரே திரும்பிக்கொண்டிருந்தாள். எனக்கு அது நல்ல பொழுதாக வாய்த்தது. நூலகம் ஏனோ அன்றைக்கு விடுமுறை. பேசிக்கொண்டே பாதையோர நிழல் இருக்கையில் அமர்ந்தோம். தட்டுத் தடுமாறிக் கடிதத்தை எடுத்துக் கொடுத்தும் விட்டேன். எத்தகைய உளறல் வார்த்தை களை அப்போது பிரயோகித்தேனோ, தெரியவில்லை. ஆனால், அவை விலைமதிப்பற்றவையாக இருக்கும். அவளுக்கும் என் மீது மெல்லிய நல்லெண்ணம் ஏற்கெனவே இருந்ததால், கடிதத்தை வாங்கிக்கொண்டு ஒரு வாரத்திற்குள் பதில் தருவதாகச் சொன்னாள். ஏற்புக்கு முந்தைய கட்டம் பரிசீலனை.

அதற்குள் போய்விட்டது என் காதல். அதுவே சந்தோசமாக இருந்தது.

அடுத்தடுத்த நாட்கள் எந்த இயக்கமும் இன்றிக் கழிந்தன. எல்லாம் ஸ்தம்பித்து நின்றுவிட்டதாகத் தோன்றியது. என்ன முடிவு வரும் என்பதை அனுமானிக்க இயலவில்லை. உடன் பாடான முடிவாகவே இருக்கும், இருக்க வேண்டும் என மனம் இடைவிடாமல் பிரார்த்தனை செய்தது. எதிர்பார்ப்பும் காத்திருப்பும் அப்போதைய கணங்களில் மாபெரும் துயரத்தைத் தருபவை. பின்னாளில் யோசிக்கையில் சுகமாக அமையக் கூடும். குறிப்பிட்ட அச்சமயத்தில் தாங்க இயலாத வலியையும் ரணத்தையும் அவை உற்பத்தி செய்கின்றன. ஒருவாரமும் இப்படித்தான் கழிய வேண்டுமோ என்பதை நினைக்க அச்ச மாக இருந்தது. ஏதாவது ஒன்று உடனடியாகத் தெரிந்து விட்டால் நல்லது. இன்பம் எனினும் துன்பம் எனினும் அனுபவித்துத் தீர்த்துவிடலாம். எது வரப்போகின்றது என்றே தெரியாமல் தவிப்பிலேயே எத்தனை நாட்களைக் கழிப்பது?

நல்லவேளையாக அவள் என்னை ஒருவாரம்வரை துன்புறுத்தவில்லை. மூன்றாம் நாளில் சொன்னாள், ‘உங்க முகவரிக்கு நேற்றே கடிதம் போட்டுவிட்டேன். இன்னைக்கிக் கெடச்சிடும். போய்ப்பாருங்க.’ அவள் முகமலர்ச்சியும் சொல் முறையும் இனிமையாக இருந்தன. அவள் எழுதியுள்ள கடிதத்தை உடனடியாகப் பெற்றுப் படிக்கவேண்டும் என்று துடித்தேன். எனக்கு எழுதப்பட்ட முதல் காதல் கடிதம். என்னை ஏற்றுக்கொள்ளும் அன்புச் சொற்களால் வரையப் பட்ட கடிதம் அது. பெண்ணொருத்தியின் ஏற்பைப் பெறு வதைப் போல் வேறெதும் இன்பம் உண்டா உலகில்? கடிதத்தில் என்னை எப்படி விளித்திருப்பாள்? என் மீது அவளுக்கு ஏற்கெனவே காதல் உருவாகியிருந்திருக்குமா? இல்லை, இப்போதுதானா? என்னைப் பற்றிய எந்த அபிப் ராயம் அவளுக்குள் ஏற்பை உருவாக்கியது? அவள் வெளிப் படுத்தியிருக்கும் காதல் சொற்கள் என்ன வகையானவை?

ஏற்பெனினும் அதற்குரிய சொற்களிலேயே அறிந்துகொள் ளும் ஆவலில் ஓடினேன். வீட்டில் நண்பர்கள் யாரும் இருக்க மாட்டார்கள். மாலையில் கூடடையும் பறவைகள். சிறிய அஞ்சல் பெட்டியை வெகுநம்பிக்கையோடு திறந்தேன். உள்ளே நீண்ட நாட்களாக வசிக்கும் பல்லி சற்றே மிரண்டதுபோலப் பாவனை செய்து மேல்பகுதிக்கு ஓடியது. அஞ்சல் பெட்டியில் வெறொன்றுமில்லை. இந்திய அஞ்சல் துறை, ஒரே நாளில் கடிதத்தைத் கொண்டு சேர்த்துவிடுமா என்ன? நாளைவரை காத்துத்தான் ஆக வேண்டும். சோர்வோடு முதல் மாடி

யிலிருந்த வீட்டுக்குப் படியேறினேன். அதன் ஒரு பகுதியில் வீட்டுக்காரர் குடியிருப்பு. ஆள் இருந்தால் அஞ்சலகர் கையி லேயே கடிதங்களைக் கொடுத்துவிடுவது வழக்கம். அவர் வரும்போது வீட்டுக்காரர் குடும்பத்தில் யாரேனும் இருந் திருக்கக் கூடுமோ? அவர்கள் வசம் கடிதம் போயிருக்கலாம்.

அதிகமாக அவர்களோடு பேசிப் பழகியவன் அல்ல நான். நண்பர்கள் சிலர் மட்டுமே கொடுக்கல் வாங்கல் வகையில் அவர்களோடு பேச்சுப்பழக்கம் கொண்டிருந்தனர். எனினும் ஆவலைக் கட்டுப்படுத்த இயலாமல் கதவு தட்டி னேன். பருத்த உருவத்தில் இருந்த வீட்டுக்கார அம்மா கதவு திறந்தது. கடிதம் ஏதேனும் வந்ததா எனத் தயக்கத்தோடு விசாரித்தேன். ரொம்ப சாவகாசமாக அந்த அம்மா ஏதோ வந்தது என்றும் மகன் வாங்கினான் என்றும் எங்கே வைத் தான் எனத் தெரியவில்லை என்றும் சொன்னது. கடிதம் வந்தது உறுதியாகிவிட்டது. இன்னும் சில மணி நேரங்கள் காத்திருக்க வேண்டும். இன்னும் சில நாள் என்றாகியிருந்தால் என்ன செய்திருப்போம்? சில மணி நேரங்கள்தானே, என்று ஆசுவாசப்பட்டிருந்தேன்.

நண்பர்கள் வந்தார்கள். கடிதத்தின் முக்கியத்துவம் பற்றிச் சொன்னேன். அவர்கள் கேட்டால், அந்தம்மாவே ஒருவேளை உடனே தேடித் தரக்கூடும். சமையலறை தவிர்த்து இரண்டு அறைகள் உள்ள பகுதிதானே வீடு? அதற்குள் எங்கே ஒளித்து வைத்திருக்க முடியும்? அந்தம்மா தேடிப் பார்த்துக் கிடைக்க வில்லை என்று சொல்லிவிட்டது. இரவின் நடுப்பகுதியில் அவள் மகன் வந்தான். அதுவரை விழித்திருந்து கேட்டோம். எங்கே வைத்தேன் என நினைவில்லை. தேடிக் காலையில் தருகிறேன் என்று சொல்லிக்கதவை மூடிக்கொண்டான். எனக்கு அழுகையாக வந்தது. நண்பர்கள் பயந்துபோய் ஆறுதல் சொன்னார்கள். ஏனோ ரொம்பநேரம் அழுது கொண்டே இருக்க வேண்டும்போல் தோன்றியது.

அப்போது நண்பர் ஒருவர் 'இது பழிவாங்கும் படலம்' என்றார். இரண்டு நாட்களுக்கு முன்னால் வீட்டுக்காரர் பையனுக்கு கடிதம் ஒன்று வந்தது. அந்தக்கடிதத்தைப் பெட்டியில் இருந்து எடுத்தவர் எங்கள் நண்பர். அந்தக்கடிதம் *TOFEL* என்னும் தேர்வைப் பற்றியது. நண்பர் வெளிநாடு செல்லும் ஆசையும் முயற்சியும் உடையவர். அமெரிக்கா போகவேண்டும் என்றால், *TOFEL* என்னும் ஆங்கில மொழித் திறனறித் தேர்வில் தேர்ச்சி பெற்றாகவேண்டும். ஆகவே அத்தேர்வு தொடர்பாக அறிந்து கொள்ளும் ஆர்வத்தில் கடிதத்தைப் பிரித்துப் படித்துவிட்டார். பொதுவான செய்தி

கொண்ட அறிக்கை மடல் போன்றது அது. வீட்டுக்காரரிடம் விவரம் சொல்லிக் கொடுத்திருக்கிறார். எனினும் அதெப்படிக் கேட்காமல் கடிதத்தைப் பிரிக்கலாம், படிக்கலாம் என்று அவர்கள் கோபித்துக்கொண்டார்களாம். நண்பர் மன்னிப்பு கேட்டுக்கொண்டார். அத்தோடு விஷயம் முடிந்தது என்று நினைத்திருக்கிறார். ஆனால், இப்போது எனக்கு வந்த கடிதத்தைக் காணாமல் போக்கிப் பழிவாங்குதலை நிறை வேற்றிக் கொள்கிறார்களோ?

கடிதம் காலையில் கிடைத்துவிடும் என்று நண்பர்கள் ஆறுதல் சொன்னார்கள். ஆனால் அது கிடைக்காது என்று என்மனத்தில் உறுதிப்பட்டது. கடிதத்தை அந்த வீட்டுக்காரப் பையன் பிரித்துப் படித்திருப்பான். அதன் முக்கியத்துவம் தெரிந்திருக்கும். தன் வயதொத்த வேறொரு இளைஞனுக்கு வரும் காதல் கடிதம், எரிச்சலை, பொறாமையை இன்னும் எதையெதையோ உருவாக்கும். பழிவாங்கலுக்கு மிகவும் முக்கியமான கடிதமே கிடைத்து விட்டதல்லவா? காலை யிலும் கிடைக்கவில்லை, மாலையிலும் கிடைக்கவில்லை. மறுநாள், அடுத்தநாள், எந்த நாளும் கிடைக்கவில்லை. அவ் வளவுதான் அந்தக்கடிதம்.

அதன்பின் அவள் எனக்கு எத்தனையோ கடிதங்கள் எழுதியிருக்கிறாள். அவையெல்லாம் மனத்தில் நிலைக்க வில்லை. கிடைக்காத அந்த முதல்கடிதம் என்னுள் பெரும் ஏக்கமாய்ப் படிந்துகிடக்கிறது. கிடைக்காமல் போனவற்றிற்கு வலு அதிகம் அல்லவா?

பூமாதேவியின் தோள்

துருக்கி நாட்டில் நிலநடுக்கம் ஏற்பட்டுப் பல்லா யிரம் மக்கள் மாண்டது வெறும் செய்தியாக மட்டும் மனத்தில் பதிந்திருக்கும் நிலையில், எங்கள் ஊரிலும் ஒரு நாள் ஏற்பட்ட நிலநடுக்கத்தைப்பற்றிச் சொல்ல மனம் தூண்டுகிறது.

இதை இப்போது எழுதும்போது மிகச் சாதாரண மாகத் தோன்றுகிறது. அப்போது அப்படியில்லை. அதிர்ச்சியும் அச்சமும் எங்கும் பரவியிருந்தன. சாவைத் தொடாமல் எந்தப் பேச்சும் முற்றுப் பெறவில்லை. பலபேர் இரண்டாயிரத்தில் உலகம் அழியப்போவது உறுதி என்பதைச் சூசகமாகக் காட்டும் நிகழ்ச்சி இது என்று அனுமானித்திருந்தார்கள். ஒவ்வொருவரின் யூகமும் ஒவ்வொரு தினுசாய் இருந்தது.

25.11.98 அன்று காலை எட்டரை மணி இருக்கும். நான் கட்டிலில் படுத்தபடி குழந்தைகளுடன் விளை யாடிக்கொண்டும் அதே சமயத்தில் சமையல் செய்து கொண்டிருந்த மனைவியுடன் பேசிக்கொண்டும் இருந் தேன். (ஒரே சமயத்தில் இந்த இரட்டை வேலையைச் செய்யப் பழகிக்கொண்டுவிட்டேன்) திடீரென்று இடி இடிப்பது போன்ற பெரும் சத்தமும் வீட்டின் கூரை தடதடக்கும் ஓசையும் ஒருசேரக் கேட்டன. பெரும்பீதி மனசில் எழ வெளியே ஓடிவந்து பார்த்தேன். நிலநடுக் கம் இது என்பதை உணரச் சில நிமிடங்கள் பிடித்தன.

இதற்கு ஆறு மாதத்திற்கு முன்னர்தான் சேலத்தில் சில இடங்களில் நிலநடுக்கம் ஏற்பட்டிருந்தது. பெரியார்

கரித்தாள் தெரியவில்லையா தம்பீ...

பல்கலைக்கழகக் கட்டட வளாகத்திலும் (ஓசிக் கட்டடம் அது) அதன் பிரதிபலிப்பு இருந்திருக்கும் போல. துணை வேந்தர் டாக்டர் ஜெயக்குமார் நிலநடுக்கத்தைப்பற்றி விரிவான ஆராய்ச்சி செய்ய வேண்டும் என்று விடுத்த அறிக்கைகள் நாளிதழ்களிலும் வந்திருந்தன. (அவர் மண்ணியல் பேராசிரியர் என்பதும் காரணமாக இருக்கலாம்) அதிலிருந்து என் மனைவி 'நா வடார்க்காட்டுக்கே போயிடறம்பா' என்று அடிக்கடி சொல்லிக்கொண்டுமிருந்தாள். அத்தோடு எங்கள் ஊரும் பணத்தில் மிகுந்த பற்றுக்கொண்ட இந்த மனிதர்களும் அவளுக்கு அவ்வளவாகப் பிடித்திருக்கவில்லை.

அந்த அதிர்ச்சியிலிருந்து சில நொடிகளுக்குள் மீண்டு 'எத்தன பணம் இருந்தா என்ன. எல்லாரும் மண்ணுக்குள்ள போறதுதான்னு காட்டறதுக்குத் தான் வந்திருக்குது' என்று மிகுந்த சந்தோசத்தோடு கூறத் தொடங்கினாள். வீட்டுச் சுவர்களை ஆராய மனம் ஓடிற்று. எதுவும் ஆகவில்லை. உடனே பக்கத்து வீட்டோடு இதனைப் பரிமாறிக்கொள்ளத் தோன்றி அவர்களைக் கூப்பிட்டேன். அவர்களும் சத்தத்தைக் கேட்டதாகவும் உடல் சாய்வது போல இருந்ததாகவும் கூறினர். அங்கிருந்த சின்னப்பையனும் பொண்ணும் பயந்து கொண்டு வீட்டுக்குள் ஓடி ஒளிந்து கொண்டார்களாம். வீட்டுக்குள் போகக்கூடாது, நிலநடுக்கம் ஏற்படும்போது வெளியேதான் வரவேண்டும், வீடு அதிர்ந்து விழுந்துவிட வாய்ப்பிருக்கிறது என்று பலமுறை நிலநடுக்கம் ஏற்பட்ட பகுதியில் இருந்து பழக்கப்பட்டவன்போல அறிவுரைகளை அள்ளி வீசினேன்.

இதையடுத்து இந்தச் சமயத்தில் எல்லாப் பக்கமும் நிலம் அதிர்ந்ததா எல்லாருடைய அனுபவமும் எப்படி இருந்தது என்பதை அறிந்து கொள்ளும் ஆர்வம் உண்டானது. எங்கள் வீடு இருக்கும் நிலப்பகுதியில் இருந்து ஓரிரு பர்லாங் தூரத்தில் வீட்டுவசதி வாரியக்குடியிருப்புகளும் பொதுச் செய்திகள் உடனுக்குடன் வந்து சேரும் டீக்கடை, பெட்டிக் கடைகளும் உள்ளன. அங்கே போனேன்.

வழியில் பார்த்தவர்களை எல்லாம் இதுபற்றி விசாரித்தேன். தறிப்பட்டறைகள் வழிநெடுக இருந்ததால் பலருக்கு எதுவும் தெரியவில்லை. தறி ஓடும் சத்தமும் அதனால் எப்போதும் லேசாக நிலம் அசைவது போலவே இருப்பதாலும் வேறுபாடு தெரியவில்லை. எனக்கு இது ஏமாற்றமாக இருந்தது. ஒருவேளை நாங்கள் இருக்கும் பகுதியில் மட்டும்தான் நிலநடுக்கம் ஏற்பட்டதோ? அப்படியிருந்தால் அரசாங்கத்தின் பார்வைக்கு இது போகாதே என்ற தனிமையுணர்ச்சி

தோன்றியது. (பார்வைக்குப் போன உடன் விரைந்து செயல் பட்டு நிலநடுக்கத்தை நிறுத்திவிடும் என்று அரசாங்கத்தின் மீதான நம்பிக்கை மனசுக்குள் இன்னும் இவ்வளவு இருக் கிறதே. இதுதான் பொதுப்புத்தி போலும்)

நல்லவேளையாக இன்னொருவரைக் கண்டேன். அவர் ஓரளவு படிப்பறிவு உள்ளவர். செய்தித்தாள்களில் அரசியல் செய்திகளை விடாமல் படித்து விட்டுப் பார்க்கும்போதெல் லாம் என் எதிர்வினையைப்பற்றிக் கவலை எதுவும்படாமல் அரை மணி நேரம் அதைப்பற்றி விவாதிப்பார். நான் பதில் பேசாவிட்டாலும் என்னை எதிர்க்கருத்துடையவராகப் பாவித்துக் கொள்வார். அவர் 'அடேங்கப்பா! சத்தத்தக் கேட்ட ஓடனே அணுகுண்டு தான் போட்டுட்டான். அவ்வளவு தான் எல்லாம்னு நெனச்சுட்டன். அப்டிச் சத்தம் கேட்குது' என்றார்.

வீட்டுவசதி வாரியக் குடியிருப்புப் பகுதிக்குச் சென்றேன். குறுக்குத் தெருக்களில் கூட்டம் கூட்டமாக மக்கள். அந்த வீடுகள் எல்லாம் மிகவும் பலமானவை. மழை நாட்களில் ஓரளவுதான் ஒழுகும். கூரையில் கான்கிரீட் காரைகள் பெயர்ந்து கொட்டினாலும் வெளித் தெரியும் துருவேறிய கம்பிகள் தாங்கக் கூடியவைதான். சிலபேர் அவசரப்பட்டு முழு வீட்டையுமே இடித்துவிட்டுப் புதிதாகக் கட்டிக் கொண் டிருந்தார்கள். எல்லாவற்றையுமே சகித்துக்கொள்ளப் பழகி விட்ட நடுத்தர மனோபாவத்தைப் புரிந்துகொண்டு கட்டப் பட்ட வீடுகள். நிலநடுக்கத்தை உணர்ந்ததும் அத்தனை உஷாராக எல்லோரும் வெளியே வந்துவிட்டிருந்தனர். திரும் பவும் உள்ளே போகத் தயக்கம். உடனடியாக இன்னொரு முறை வரலாம் என்று நம்பினார்கள். ஆனால் எந்தச் சேதமும் ஏற்படவில்லை. வீட்டுவசதி வாரியம் நிலநடுக்கத்திற்கும் அசராத வீடுகளைக் கட்டித் தந்திருப்பதில் பெருமைப்பட லாம்.

பெட்டிக்கடைக்காரர் அவருடைய அனுபவத்தைச் சுவா ரஸ்யமாகச் சொல்லிக் கொண்டிருந்தார். மரத்தாலான பெட்டி கிடுகிடுவென ஆடியதாம். கடைக்குப் பின்னாலிருந்து யாரோ சிலர் வேண்டுமென்றே தள்ளுகிறார்கள் என்று எண்ணிக் கொண்டு எட்டிப் பார்த்தாராம். ஒருவரும் இல்லை. அதற்குள் ஆட்டமும் நின்றுவிட்டது. பட்டப் பகலில் பேயா வந்திருக் கும். கொஞ்சம் பயந்துபோய்ச் சாலைக்கு வந்தால் கூட்டம் கூட்டமாக நிற்கிறார்களாம். அப்புறம்தான் தெரிந்ததாம் நில அதிர்ச்சி என்று.

இருசக்கர வாகனம் ஒன்றில் போய்க் கொண்டிருந்தவர் காலிலிருந்து தலை வரைக்கும் மின்சாரம் பாய்ந்ததுபோல இருந்ததாம். வண்டியில் ஏதோ ஒயர் கழன்று அது வழியாக உடம்பில் மின்சாரம் பாய்கிறது என்று நினைத்துத் தடுமாறி வண்டியை நிறுத்தினாராம்.

ஒரு அம்மா வெளியே நின்று எதிர்த்த வீட்டு அம்மா வுடன் பேசிக்கொண்டிருந்ததாம் (காலங்காலையிலேயே!) திடீரென்று சத்தம் கேட்டவுடன் தன் வீட்டுத் தொலைக் காட்சிப் பெட்டிதான் வெடித்து விட்டதோ என்று உள்ளே ஓடிப் பார்த்ததாம். அவருடைய நினைவெல்லாம் தொலைக் காட்சியிலேயே இருந்திருக்கிறது. தொலைக்காட்சிப் பெட்டி வெடிப்பது நல்ல விஷயம்தானே என்று சந்தோசப்பட முடிய வில்லைபோல.

வேறொருவர் அவருடைய அனுமானத்தை விவரித்துக் கொண்டிருந்தார். எங்கள் ஊரில் செங்கோட்டு வேலவரும் அர்த்தநாரீஸ்வரரும் எழுந்தருளி இருக்கும் மிகப்பெரிய மலை உண்டு. அது விமானப்போக்குவரத்து வழியாகவும் பயன்படு கிறது. சில நாட்களுக்கு ஒருமுறையோ பல நாட்களுக்கு ஒரு முறையோ வெகு உயரத்தில் குருவிபோல விமானம் ஒன்று போகும். அந்தச் சத்தம் வரும் திசையில் சிறுவர்கள் அண்ணாந்து விமானத்தைக் கண்டுபிடிக்க முயற்சி செய்து கொண்டிருப்பர். ஆனால் சத்தத்திற்கு எதிர் திசையில் தான் அது போய்க் கொண்டிருக்கும். அந்த விமானம் தான் வெடித்துச் சிதறி விட்டதோ என்று எண்ணிக்கொண்டு வான வெளியில் தீப்பிழம்புகளைத் தேடி அலைந்திருக்கிறார் அவர்.

சாலையோரத்தில் வீடுள்ள ஒருவர், ஏதோ ஒரு பெரிய வாகனம் (அநேகமாக லாரியாக இருக்கலாம்) வீட்டின் மீது வந்து மோதிவிட்டது என்ற பயத்துடன் அலறிக்கொண்டே வெளியே ஓடிவந்திருக்கிறார். இத்தனை பயத்தை வைத்துக் கொண்டு இரவுகளில் எப்படித்தான் அந்த வீட்டில் நிம்மதி யாகத் தூங்குகிறாரோ.

எத்தனை விதமான அனுமானங்கள். கடைசியாக நில அதிர்ச்சி என்றதும் தனிப்பட்ட உடமைகள் மீதான பயம் விலகி, உலகம் ஒட்டு மொத்தமாய் அழியப் போகிறது என் பதில் ஆசுவாசமும் நிம்மதியும் வந்திருக்கிறது. சேதம் பற்றிய செய்திகள் எதுவும் முழுமையாகக் கிடைக்காத நிலையில் மனம் எதையெல்லாமோ நினைத்திருக்கிறது. எனக்குக் கடன் கொடுத்தவர்கள், எனக்குப் பிடிக்காதவர்கள் சிலரின் அகன்ற பெரிய வீடுகள் (அந்த வீடுகளில் எத்தனை பேர் இருந்தாலும்

தனிமை உணர்வே மிஞ்சும்) இடிபாடுகளாய் மிஞ்சிக் கிடப்பதை என்மனம் கற்பனை செய்திருந்தது. அது போல எத்தனை மனங்களோ.

அன்று முழுக்கவும் நிலநடுக்கம் பற்றியான பேச்சாகவே இருந்தது. பத்திரிகைகளில் சேதம் எதுவும் இல்லை என்று செய்தி வந்தாலும் மக்களிடையே சிறிது சிறிதாய்ப் பேருருவம் கொண்ட வதந்திகள் அளவற்றவை. மலைமேல் ஒற்றைக் காலில் நின்று கொண்டிருந்த பெரும்பாறை ஒன்று உருண்டு விழுந்து அடிவார வீடுகளைச் சிதைத்துவிட்டதாக ஒரு செய்தி. அப்படியில்லை என்பது ஊர்ஜிதமாகவும், 'இங்கே யில்லை சங்ககிரியில்' என்று இடம் மாறியது.

எங்கோ ஒரு வீடு நிலத்திற்குள் கொஞ்சம் இறங்கிவிட்டதாகவும் சுவர்கள் விரிந்துபோனதாகவும் தகவல். நாற்காலியில் உட்கார்ந்திருந்த ஒரு அம்மா முன்னோக்கிப் பாய்ந்து விழுந்து இறந்துவிட்டதாகவும் ஒருவர் வாய் சொல்லியது. பேசுவதற்கென மனித வாய்களுக்கு அவல்கள் அதிகமாகக் கிடைத்தன.

பிசுக்குப் படிந்த பெஞ்சுகளில் உட்கார்ந்துகொண்டு பொழுதெல்லாம் ஊரையே பேசிக்கொண்டிருக்கும் பற்றுடைய பெரிசுகள் 'கலிகாலம்' என்று சமூகத்தில் மலிந்துவிட்ட அநியாயங்களைப் பட்டியலிட்டுக் கொண்டிருந்தனர். உலகம் அழியப்போவது உறுதி என்பது நிச்சயமாகி விட்டது.

சிலர் அறிவியல் ரீதியாகக் குழப்பம் கொண்டிருந்தனர். நில நடுக்கம் ஏற்படும்போது சத்தம் எப்படி வரும் என்பது ஐயம். அதைப்பற்றிய விளக்கங்கள் வரும் என்று செய்தித்தாள்களை எதிர்பார்த்துக்கொண்டிருந்தனர்.

பரிமாறிக்கொள்கிற திருப்தி உண்டானதும் வீட்டை நோக்கி வந்தேன். வழியெங்கும் இப்போதைய விசாரிப்பு ஓரிரு சொற்களில் முடிந்தது. காலையிலேயே காட்டுக்கு மாட்டைப் பிடித்துக்கொண்டு போய்விட்ட தாத்தா ஒருவர் ஒரு கத்தைப் புல்சுமையோடு எதிர்ப்பட்டார். அவரை விசாரிக்கத் தூண்டிற்று மனம். அவர் மிகச் சாதாரணமாகப் பதில் சொன்னார்.

"அது ஒன்னுமில்ல. பூமாதேவி தோள் மாத்தியிருக்கறா". எனக்கு விளங்கவில்லை. விளக்கினார். பூமாதேவியாகிய பெண் தெய்வம் இந்தப் பூமியைத் தன் தோளில் வைத்துத் தாங்கிக்கொண்டிருக்கிறாளாம். ஒரு தோள் வலிக்கும்போது பூமியைத் தூக்கி மற்றொரு தோளுக்கு மாற்றிக்கொள்வாளாம். அப்போது ஏற்படும் சிறு அசைவுதான் இதுவாம். சொல்லிவிட்டு அவர் பாட்டுக்குப் போய்விட்டார். பூகம்பம், நிலநடுக்

கம் என்றெல்லாம் புத்தகம் பதித்த சொற்களைக்கொண்டு ஊரே அலறிக் கொண்டிருக்கும்போது எவ்வளவு எளிமையான விளக்கம் இது! *(பயம் முழுக்கப் போய்விட்டது)* புராணக் கதையொன்றைக் கேட்டதுபோல் மனம் விசால மடைந்து கொண்டிருந்தது. அதே நினைவுடன் நடந்துகொண் டிருந்தேன். திடீரென அறிவு விழிப்புற்றுக் கேட்டது.

"அவர் சொன்னதுல இருந்து ஏற்கனவே இந்த மாதிரி பலமுறை நிலநடுக்கம் வந்திருக்குதுங்கறது தெரீது பாத்தயா. இல்லீன்னா இப்படி ஒருகத வந்திருக்குமா."

மீண்டும் பயப்பேய் வந்து ஏறிக்கொண்டது.

ஆட்டோ வாசகங்கள்

ஆட்டோவில் பயணம் செய்த சம்பவங்கள் எனக்கு அரிதானவை. ஆட்டோக்காரர்களிடம் வழி கேட்கக்கூட அச்சம். பொதுமனக் கருத்து ஆட்டோக் காரர்களுக்குச் சாதகமாயில்லை. எனது நண்பர்கள் சிலரின் அனுபவங்களும் அதற்கேற்றபடி இருந்தன. பாரிமுனையில் ஆட்டோ ஏறி அரைமணி நேரம் சுற்றிப் பிராட்வே வந்து சேர்ந்தவர்கள் பலர். பல சமயங்களில் பேருந்து ஏறக்கூட மனம் வராது. நடப்பேன். நடப்பது மிகவும் பிடித்த விஷயம். சென்னை நகரச் சாலைகளில் நான் நடந்த தூரம் சில நூறு மைல்கள் இருக்கும். பல்கலைக்கழகத்திலிருந்து பாவாணர் நூலகம், அங்கிருந்து என் அறை இருந்த பகுதி எனத் தொடர் நடை. அது போல் பல இடங்கள். சிலரோடு உரையாடிக்கொண்டே வெகுதூரம் நடந்ததுமுண்டு.

தனி நடையின்போது இலக்கற்று எல்லாவற்றை யும் கவனிக்கும் மனம். வாகனங்களின் பரபரப்புகளுக் கிடையே எந்த அவசரமும் அற்று, நடக்கும் எதிலும் சம்பந்தமில்லாதவனாய் நடைமேடையில் தனித்துச் செல்வது மகிழ்ச்சியும் துக்கமும் கலந்த அனுபவம். கூட்டத்திற்குள் தனித்திருத்தல். சில சமயம் வாகனப் பரப்புக்கு மேலே நான் மட்டும் மிதந்து செல்வேன். எங்கே திடுமென நழுவி உள்ளே விழுந்துவிடுவேனோ என்று தோன்றும் கணத்தில் கண்மூடி நின்றுவிட நேரும். தனிமையின் துயர்போக்க மனம் ஓர் சிறுபிள்ளை விளையாட்டைக் கண்டுபிடித்தது. ஆட்டோக்களின் பின்னால் எழுதப்பட்டிருக்கும் வாசகங்களைப் படிக்கத்

கரித்தாள் தெரியவில்லையா தம்பீ...

தொடங்கிற்று. அவை கொடுத்த சுவாரஸ்யம் எழுதி வைத்துக் கொள்ளவும் தூண்டிற்று.

'ஆட்டோ வாசகங்கள்' எனத் தலைப்பிட்டுக் குறிப் பேட்டில் அவற்றைச் சேகரித்தேன். போக்குவரத்து சாலை சமிக்ஞைகளில் ஆட்டோக்கள் நிற்கும்போது ஆர அமர வாசித்து எழுதிக்கொள்ளவும் வாய்க்கும். ஓடிக் கொண்டிருக் கும் ஆட்டோக்களை வாசிப்பது ரொம்பவும் சிரமம். எல்லா ஆட்டோக்களிலும் வாசகங்கள் இருப்பதில்லை. அதனால் வாசக ஆட்டோவைக் கண்டடைய கண்கள் அலைந்து கொண்டேயிருக்கும். ஆட்டோ மெதுவாகச் செல்லுகையில் வாசிப்பதும் எழுதுவதும் எளிது. ஆனால் எந்த ஆட்டோ மெதுவாகச் செல்லும்? சில சமயங்களில் பாதி வாசகத்தை மட்டுமே வாசிக்க முடியும். பின்பாதியை இழந்த வருத்தம் மிகும். பூர்த்தி செய்யப்படாத அவ்வாசகம் பிறிதொரு சந்தர்ப் பத்தில் பூர்த்தியாகும். சில வாசகங்கள் பாதியோடே நின்று விடுவதுமுண்டு. குறிப்பிட்ட ஆட்டோவை மீண்டும் எதிர் கொள்ளும் வாய்ப்பே வராமல் போய்விடும். சில சந்திப்புக்கள் மீண்டும் நிகழாமலே போய்விடுவதுபோல.

வாசகச் சேகரிப்பு ஆனந்தமான விளையாட்டாய் என் னுள் பெருகிற்று. சும்மா நடந்தது போய் வாசகங்களுக்காகவே நடப்பதென ஆயிற்று. குறிப்பேட்டில் வாசகங்கள் கூடிக் கொண்டிருந்தன. தொண்ணூறில் தொடங்கிய இந்தப் பைத் தியம் இரண்டாண்டுகளுக்கு மேல் நீடித்தது. அவற்றை என்ன நோக்கத்திற்காகச் சேகரித்தேன்? ஒரு நோக்கமுமில்லை. நோக்கமற்ற வேலைகள் கொடுக்கும் புரிபடாத இன்பத்திற் காகவே சேகரித்தேன். பெருநகரில் தனித்திருந்த எனக்கு அவை துணையாயின. பெரும் பெரும் நோக்கங்களற்று வயிற்றுப்பாடு ஒன்றே நோக்கமாய்க்கொண்ட மனங்களுடன் உறவாடும் சுகத்தை அவை கொடுத்திருக்கலாம். இட்டு நிரப்ப வியலாத வெறுமையின் கைகளில் சிறு மணல் துகள்களாய் அவை வடிவம் கொண்டிருக்கலாம். அவற்றிலிருந்தோ சேகரிக் கும் செயலிலிருந்தோ என்னவோ எனக்குக் கிடைத்திருக்கிறது.

பல ஆண்டுகள் கழித்துக் குறிப்பேட்டைப் புரட்டுகையில் அவை சென்னை நகரச் சாலைகளாய் விரிகின்றன. என்னுள் ளிருந்து கிளைத்தோடும் அவற்றின் முதல் எது முடிவெது? எல்லாச் சிறுசந்துகளும் ஏதாவதொரு பெருஞ்சாலையில் சேர்கின்றன. பெருஞ்சாலைகள் எங்கே செல்கின்றன? அவற்றி னூடே முடிவற்ற பயணம்.

எல்லாம் கடந்தபின் மனம் ஆட்டோ வாசகங்களைப் பகுத்துப் பார்ப்பதில் போய் நிற்கிறது. அவை விதவித

மானவை. வேறுபட்ட குணாம்சங்களுள் ஊடாடி நிற்கும் உயிர்ச்சொற்கள். பெண்ணின் திருமண வயது, பிரசவத்திற்கு இலவசம் – என்னும் அறிவிப்பு வாசகங்கள் மட்டுமே கொண்ட ஆட்டோக்களை வெறும் எந்திரம் என்று புறக்கணித்திருக் கிறேன். தன்னை வெளிப்படுத்திக் கொள்ளும் ஆட்டோக்களே எனக்குப் பிடித்தமானவை.

'பொம்பளைங்க காதலைத்தான் நம்பி விடாதே' என்னும் திரைப்பாடல் இன்று வெகுபிரபலம். பெண்களை ஏமாற்றுக் காரர்களாகக் காட்டும் எந்த வரிக்கும் ரசிகர்கள் எளிதில் கிடைத்துவிடுவார்கள். பெண்ணை 'மாயப்பிசாசம்' என்ற, சித்தர் மரபு தொடர்ந்துகொண்டுதான் இருக்கிறது. பெண்ணைப் பற்றிப் புலம்பிய 'ஆட்டோச்சித்தர்கள்' அனே கம். 'சீறும் பாம்பை நம்பு, சிரிக்கும் பெண்ணை நம்பாதே' என்பது புகழ்பெற்ற வாசகம். நிறைய ஆட்டோக்களில் இடம் பெற்றிருந்த இந்த வாசகத்திற்கு எதிராக 'சீறும் பாம்பை நம்பாதீங்க. அது பொய்யான வாசகங்க' என்று ஓர் ஆட்டோ வில் இருந்தது. அதில் பாம்பை மட்டுமே குறிப்பிட்டுப் பெண்ணை விட்டுவிட்டது குறையெனப்பட்டது. இருப்பினும் பொதுமனத்திற்கு எதிரான ஒரு வாசகம் எத்தனை சந்தோசம் தருகிறது.

'கடவுளே! பெண்களின் கண்களைப் பறித்து விடு' எனக் குரூரமான வேண்டுதல் ஓர் ஆட்டோவில். அதைப் படித்த இரவில் உலகத்துப் பெண்கள் எல்லாம் குருடர்களாக்கப்பட்ட கோரத்தைக் கற்பனை செய்து பயந்து போனேன். 'பறித்துவிடு' என்பதில் தொனிக்கும் வன்முறைத் தூண்டல் உச்சம். என்னை மிகவும் அதிரவைத்த வாசகம் இதுதான்.

'காதலி என்னும் நாயை நம்புவதைவிடக் கருணை என்னும் தாயை நம்பு' என ஓர் ஆட்டோ காதலியை நாயாக்கியிருந்தது. 'காதலிக்காக உயிர் விடுவது சரிதான், ஆனால் உயிர் விடுவதற்குத் தகுதியானவள் காதலியா' என்று காதலியின் தகுதி குறித்துக்கேள்வி எழுப்பியிருந்தது இன் னொரு ஆட்டோ. ஒரு 'அனுபவசாலி'யின் சற்றே நீண்ட வாசகத்தைக் (கவிதையை) கவனியுங்கள்–

> பெண்மனசு ஒரு முல்லை – அதில்
> அன்பு என்பதே கொஞ்சம்கூட இல்லை – அவள்
> சிரித்துச் சிரித்துக் காட்டுவாள் பல்லை – நீ
> ஓட்டலில் நீட்டாதே பில்லை.

எத்தனை முறை ஓட்டலில் பில்லை நீட்டியவரோ அவர். காதலைப் போற்றிப் பாடும் ஏராளமான இலக்கிய வரிகள் நம்மிடம் உள்ளன. அதற்கு நிகராகத் தூற்றல்களும் இருக்

கின்றன. ஆட்டோ சித்தர்களில் ஒரே ஒருவர் மட்டும் 'Love opens the most impossible gate' என்று எழுதியிருந்தார். பிற எல்லாம் தூற்றிப் பாடல்கள்தான். 'காதல் இல்லா மனிதன் கவலை இல்லாதவன்' என்பது மாதிரியான வரிகள் ஏராளம். எல்லாம் பெண்களைக் குறைசொல்லும், குற்றம் காட்டும் வகையிலானவை. ஆட்டோக்கள் என்னதான் காதலுக்கு எதிராகப் பிரச்சாரம் செய்தாலும் காதல் அதன்பாட்டுக்கு நடந்து கொண்டுதானிருக்கிறது.

காதல் அளவுக்கு இல்லை என்றாலும் அரசியல் வாசகங்கள் ஆட்டோக்களில் கணிசமாக உண்டு. கம்யூனிஸ்டாக இருப்பவன் வெளிப்படையானவனாக இருப்பான் எனச் சொல்வதுண்டு. தமிழகத்தில் தி.மு.க. காரர்கள்தான் ரொம்பவும் வெளிப்படையானவர்கள் என்பதுதான் என் அபிப்ராயம். எந்த இடத்திலும் தங்கள் சார்பை வெளிப்படுத்திக் கொள்வதற்குத் தயங்காதவர்கள். பல இடங்களில் தி.மு.க கொடி வண்ணத்தில் எழுதப்பட்ட பலகைகொண்ட எழுதப் பட்ட 'தேநீர் விடுதி'கள் இன்றும் உண்டு. எங்கள் ஊரில் 'தென்றல் தேநீர் விடுதி' வண்ணம் மாறாமல் பல்லாண்டு களாகச் செயல்படுகிறது. சென்னை தேனாம்பேட்டை சமிக்ஞை அருகே 'கலைஞர் தேநீர் விடுதி'யும் அப்படித்தான். இது ஓர் உதாரணம். அவர்களுக்குத் தலைமைப்பற்றோ தீவிரம். அதற்கு நிகரான 'தமிழ்ப்பற்று' உவமையும் அடுக்கும் பெருகிவரும் மொழிநடை.

தாமரை முகம் மலரும் சூரியனைக் கண்டு
தமிழரின் முகம் மலரும் கலைஞரைக் கண்டு

எனத் தலைவனின் பெருமை பாடியது ஓர் ஆட்டோ. இன் னொன்று தலைவனைப் பலவாறு விளித்து வாழ்த்திற்று. வாழ்த்து –

சங்கத் தமிழே! எங்கள் உயிரே! கலைஞரே!
இரவும் பகலும் ஆதவனின் அரசவை
தமிழும் தமிழினமும் உந்தன் அரசவை
வாழ்க நீ பல்லாண்டு! வளர்க உன் தமிழ்த்தொண்டு

இவ்வளவும் ஒரே ஆட்டோவில் எழுதப்பட்டிருந்த வாசகம். கலைஞர் அளவுக்கு ஆட்டோவில் இடம்பெற்ற தலைவர் எவருமில்லை. எம்.ஜி.ஆரின் படப் பாடல் வரிகளை எழுதிய ஆட்டோக்கள் இருந்தன. 'One man power - M.G.R.' என்ற வாசகத்தைத் தவிர எம்.ஜி.ஆரைப் பற்றி வேறெதுவும் இல்லாதது ஆச்சரியம். அதிசயமாக ஒன்றே ஒன்றில் 'மரம் அமைதியை விரும்பினாலும் காற்று அதை விடுவதில்லை' என்றிருந்தது. மாவோவின் புகழ்பெற்ற இந்த வாசகத்தை

ஆட்டோவில் கண்டது மிகுந்த திருப்தியைத் தந்தது. போராடிப் புரட்சியைக் கொண்டுவந்துவிட்டதுபோல் மகிழ்ந்து கொஞ்ச நாள் அதை எல்லோரிடமும் சொல்லித் திரிந்தேன்.

ஒவ்வொரு மனிதனும் உபதேசியாக இருக்கவே விரும்புகிறான். சந்தர்ப்பம் வாய்க்கும்போதில் தத்துவ முத்துக்களை உதிர்ப்பதற்குத் தயங்குவதில்லை. தன்னம்பிக்கை, அறம், ஒழுக்கம் என உபதேசத்தின் பரப்பு விரிந்து செல்லும். இந்த உபதேசங்களில் பெரும்பாலானவற்றை ஆட்டோக்களுக்கு வழங்கியவர்கள் திரைப் பாடலாசிரியர்கள். 'வறுமை நிலைக்குப் பயந்து விடாதே, திறமை இருக்கு மறந்து விடாதே' 'இருந்தாலும் இறந்தாலும் பேர் சொல்லவேண்டும்' என்றெல்லாம் பல பாடல் வரிகள் எழுதப்பட்டிருந்தன. எனினும் பாடல் வரிகளைச் சற்றே மாற்றிக் குறும்பு செய்த 'கடவுள் மனிதனாகப் பிறக்க வேண்டும் அவன் ஆட்டோ ஓட்டிப் பார்க்க வேண்டும்' என்னும் வாசகம் கவர்ந்தது.

நான் சேகரித்த காலத்தில் ஆட்டோக்களில் அதிகம் இடம் பெற்றிருந்த நடிகர் விஜயகாந்த் தான். ரஜினிகாந்த் – ஓரளவு. வேறு நடிகர்கள் எவருக்கும் ஆட்டோவில் இடமில்லை. கடவுள்களில் 'இயேசுவே வழி', '*Jeasus save me*' என இயேசுநாதர் வெகுவாக இடம் பெற்றிருந்தார். 'அன்பு எங்கிருக்கிறதோ அங்குதான் கடவுள் வாழ்கிறார்' என்பது போன்ற பொதுவாக இறைவனைக் குறிக்கும் வாசகங்கள் உண்டு. 'எல்லாப் புகழும் இறைவனுக்கே' என ஓர் ஆட்டோ. பதில் சொல்வதுபோல் 'எல்லாப் புகழும் மனிதனுக்கே' என இன்னொன்றில். வாழ்க்கையையும் மனித குணாம்சங்களையும் எப்படி வரையறுத்துச் சொல்லிவிட முடியாதோ அப்படித்தான் ஆட்டோ வாசகங்களும். கிடைத்த ஒரு வாழ்க்கையில் சிந்திக்காத அனுபவங்களே மிகுந்திருப்பதுபோல் பயணங்களில் எதிர்ப்பட்ட ஆட்டோ வாசகங்களை விட இன்னும் எத்தனையோ வாசகங்களை நான் இழந்திருக்கக் கூடும்.

என் சேகரத்தில் இன்னும் சில:

உன்னிடம் பணம் இல்லாத போது
உன்னைப் பிறர்க்குத் தெரியாது.

உன்னிடம் பணம் இருக்கும்போது
உன்னை உனக்கே தெரியாது.

தான் வாழப் பிறரைக் கெடுக்காதே.

உழைப்பின் ஊதியத்தை
உயர்வால் உணர்வாய்

நன்றி மறப்பது நன்றன்று

பணம் எனக்கு
பயணம் உனக்கு

துரோகியை விட விரோதியே மேல்

கொடுத்தவர் கெட்டதில்லை
கெடுத்தவர் வாழ்ந்ததில்லை

ஏழையின் லட்சியம்
வெல்வது நிச்சயம்

போதைகளுக்கு அடிமை ஆகாதீர்
காரணம் கேட்டால் கவலையைக் கூறாதீர்

ஆசை வைக்காதே அவதிப்படாதே

பரந்த உலகில் நாம் ஒரு சிறு தோணி

one side love - dangerous

மனிதா! வணங்கும் குணமிருந்தால்
உன் பெற்றோரை வணங்கு

வீழ்வது நாமாக இருப்பினும்
வாழ்வது தமிழாக இருக்கட்டும்.

அலைகள் சேருவதில்லை
காதல்கள் வாழ்வதில்லை

கும்தலக்கா கும்மாவா
மணி மெக்கானிக் சும்மாவா

மழலையின் முகத்தைக் கிழித்திட்ட மதவெறி
நாட்டைக் கிழித்திடுமுன் நீ விழி.

உயிர் காப்பான் தோழன் அன்று
கூட இருந்தே குழிபறிப்பான் இன்று

See colours
not Girls

விதியை நினைத்து ஓட்டுகிறேன் நண்பா! நீ
வேகமாய் முந்தி விதியை முடித்து விடாதே.

பெருமாள்முருகன்

சென்ன கேசவன்

தமிழக அரசு 2002ஆம் ஆண்டு இறுதியில் லாட்டரிச் சீட்டு விற்பனைக்குத் தடை விதித்தது. அச்செய்தியைக் கேட்டவுடன் அப்போது என்னுள் இருவரின் நினைவுகள் ஓடின. முதலாவது, பள்ளி கல்லூரிகளில் தோழனாக இருந்த என் நண்பன் ஒருவன். பல்லாண்டுகளுக்குப் பிறகு அவனைச் சந்திக்க நேர்ந்தது. டீக்கடை ஒன்றின் வாயில் ஓரத்தில் சிறு ஸ்டேண்டில் லாட்டரிச் சீட்டுகளைப் பரப்பிவைத்து விற்றுக் கொண்டிருந்தான். முதலில் இருவருக்கும் லேசான சங்கோஜம் இருந்தது. அது இருவரும் பார்க்கும் வேலைகள் தொடர்பானது. பேசப்பேச எல்லாம் கரைந்து கல்லூரிக்கால நட்பின் நெருக்கம் கூடிற்று. பின் அடிக்கடி சந்தித்துப் பேசலானோம். லாட்டரி விற்பனை குறித்த ஆழமான செய்திகள் அவனுக்குத் தெரிந்திருக்கவில்லை. ஆனால் வாடிக்கையாளர்களின் மனோபாவம் பற்றி நன்றாகவே அறிந்திருந்தான்.

சிலரை எனக்குக் காட்டித் தந்தான். ஒரு சீட்டு மனிதனை எத்தனை விதமாகக் குழப்பி அலைய வைக்கிறது என்பதை வாடிக்கையாளர் ஒருவர் மூலமாகக் கண்டேன். வெகுநேரம் சீட்டுகளைப் பார்த்து ஒன்றைத் தேர்வு செய்தார். பணம் கொடுத்ததும் அவர் மனநிலை மாறிவிட்டது. எடுத்த சீட்டை வைத்துவிட்டு மேலும் கொஞ்ச நேரம் செலவழித்து வேறொன்றை எடுத்தார். அதனோடு பேருந்து நிலையத்துக்குப் போனவர், மீண்டும் தயவுச் சிரிப்போடு ஓடி வந்தார். அந்தச் சீட்டையும் மாற்றிக் கொண்டார். சில நாட்கள் அவர் கரித்தாள் தெரியவில்லையா தம்பீ...

வீட்டுக்கே போய்விட்டுத் திரும்பி வருவதும் உண்டு என்றான் நண்பன். கடைசியாக அவர் முதலில் எடுத்த சீட்டையே தேர்வு செய்யும்படி நேர்வதுண்டு. சில சமயம் அவர் எடுத்து அரைமனதோடு வைத்துவிட்டுப் போன சீட்டு, விற்பனை ஆகிவிட்டதென்றால், தன் அதிர்ஷ்டத்தை அநியாயமாகத் தவற விட்டுவிட்டதாக எண்ணிப் புலம்புவார்.

சிலர், குறிப்பிட்ட கூட்டுத்தொகை வரும் எண்ணுள்ள சீட்டை எடுத்து வைக்க முன்கூட்டியே சொல்லிவிடுவர். தினந்தோறும் சரியாக வந்து பணம் கொடுத்துவிட்டுச் சீட்டைப் பெற்றுக்கொள்வர். இவர்கள் தொந்தரவற்ற நிரந்தர வாடிக்கையாளர்கள். இப்படி எத்தனையோ கிறுக்கர்களை நம்பித்தான் என் நண்பனின் பிழைப்பு நடந்துகொண்டிருந்தது. அவன் இனி என்ன செய்வான்? அரசியல் ரீதியான பேரம் நடக்கும், திரும்பவும் லாட்டரி விற்பனை தொடரும் என நம்பிக்கையோடு காத்திருப்பானா? இல்லை, உடனடியாக வேறு என்ன வேலைக்குப் போகமுடியும்? தினந்தோறும் மாலையில் அவனும் வரிசைப்படுத்தப்பட்ட சீட்டுக்களும் இல்லாத வெற்று ஸ்டேண்டைப் பார்த்துவிட்டு வந்துகொண் டிருந்தேன். வெற்று ஸ்டேண்ட் அதே இடத்தில் இருக்கும் வரை அவனுக்கு நம்பிக்கை இருப்பதாகப் பொருள் என நினைத்துக்கொண்டேன்.

என் நினைவில் நடமாடும் இன்னொருவன், சென்ன கேசவன். அப்போது நான் Bachelor paradise ஆகிய திருவல்லிக் கேணியில் மேன்சன் ஒன்றில் தங்கியிருந்தேன். இருவர் பகிர்ந்துகொள்ளும் வகையிலான சிற்றறை அது. நான் போகு முன்பே அதில் சென்னகேசவன் தங்கியிருந்தான். சென்ன கேசவன் ஆந்திரத்தைச் சேர்ந்தவன். CA படிக்க வேண்டும் என்பதற்காகச் சென்னைக்கு வந்திருந்தான்.

இதே நோக்கத்திற்காகச் சென்னை வந்து மேன்சனில் தங்கியிருக்கும் ஆந்திர இளைஞர்கள் ஏராளம். மேன்சனின் குறிப்பிட்ட ஒரு பகுதி அவர்களாலேயே ஆக்கிரமிக்கப்பட் டிருக்கும். அதிகமானோர் CA தேர்ச்சி பெற்றதாக எனக்குத் தெரியவில்லை. என்ன காரணத்தாலோ CA மேல் அவர் களுக்கு ஒரு மோகம். சென்னகேசவன் ஆந்திரத்தில் மிகவும் உள்ளொடுங்கிய ஒரு கிராமத்தைச் சேர்ந்தவன். அவனுக்கான அடிப்படை வலுவாக இல்லை. CA அளவுக்குத் திறன் உள்ள வனாகவோ வளர்த்துக்கொள்ளக் கூடியவனாகவோ எனக்குத் தோன்றவில்லை, அவனுடைய நண்பர்கள் பலரும் அப்படித் தான் இருந்தார்கள். இருப்பினும் வீட்டில் மாதாமாதம் பணம் பெற்றுக்கொண்டு அவர்கள் நம்பிக்கையோடு செயல்பட்டது எனக்கு ஆச்சரியமாக இருந்தது.

சென்னகேசவன் 'ஒருமாதிரி'யான ஆள். உண்மையில் அவனுடைய பெயரின் இறுதிதான் 'சென்னகேசவன்' என்பது. பத்துக்கும் மேற்பட்ட பெயர்களைக் கொண்ட நீண்ட தொடர் அவனுக்குப் பெயராக இருந்தது. அவன் என்னிடம் ஆங்கிலத்தில் உரையாடுவான். எனக்கு ஆங்கிலம் பேச வராது. அவன் பத்துநிமிடம் பேசி நிறுத்தினால் நான் ஒரு வார்த்தை பதில் சொல்வேன். அதுவே அவனுக்குப் போதுமானதாக இருக்கும். மேலும் பத்து நிமிடம் பேசுவான். பெரும்பாலும் அவன் பேச்சு எனக்கு எரிச்சல் ஊட்டுவதாகவே இருக்கும். போகப்போக அவன் பேசுவது என்னை எவ்விதத்திலும் பாதிக்காமல் ஆயிற்று. வானொலியைக் கேட்டுக்கொண்டே வேறொரு வேலையில் தீவிரமாக ஈடுபடுவதுபோல, என் வேலைகளைச் செய்து கொண்டிருப்பேன். அவன் பேச்சை நான் அசட்டை செய்தாலும் என்மேல் மிகுந்த பிரியமாக இருப்பான். ஏதாவது கொறிக்க வாங்கி வந்து தருவான். சிறுசிறு அழகுப்பொருள்கள் பரிசளிப்பான். எத்தனை மறுத்தாலும் கட்டாயப்படுத்தித் திணிப்பான். அவனின் நீண்ட விளக்கங்களைக் கேட்க நேர்வதிலிருந்து தப்பிக்கவே வாங்கிக்கொள்ள வேண்டியிருக்கும். அவனுக்கு என்னைப் பொருத்தவரை ஆச்சரியமான விஷயம் என்றால், வாரம் தவறாமல் நான் துணி துவைத்துவிடுகிறேன் என்பது தான். அவன் எப்போதாவதுகூடத் துணி துவைப்பவனில்லை. குறிப்பாகச் சொன்னால் துணியே துவைக்காதவன் அவன். நான்கைந்து ஜீன்ஸ்கள் வைத்திருப்பான். அவற்றை ஊருக்குப் போய்வரும்போது துவைத்து எடுத்து வருவதாகச் சொல்வான். சட்டைகள் முப்பது நாற்பது என்னும் அளவுக்குக் கொடியில் தொங்கும். ஒரு சட்டையை அது அழுக்கென்று உணரும்வரை (குறைந்தபட்சம் ஒருவாரம்) அணிவான். பின் கழற்றிப்போட நினைக்கையில், கொடியில் பார்த்தால் எல்லாச் சட்டைகளும் அழுக்காகவே இருக்கும். மாற்றுத்துணி தயாரிக்க வெளியே செல்வான். பிளாட்பாரக் கடைகளில் பத்து ரூபாய், பதினைந்து ரூபாய் விலைகளில் விதவிதமான சட்டைகள் கிடைக்கும். அவற்றில் ஒன்றை வாங்கி வருவான். அடுத்த ஒரு வாரத்திற்குக் கவலையில்லை. இப்படிச் சேரும் சட்டைகள் கொடியில் அளவற்றுத் தொங்கிக் கொண்டிருந்தன. அவன் பாணியைப் பின்பற்ற விரும்பி நானும் ஒரு சட்டை எடுத்தேன். அணிந்து ஒருமுறை துவைத்தபோது சட்டையின் பாதி காணாமல் போய் நான் ஐந்தாம் வகுப்பு படிக்கும்போது எடுத்த சட்டையாகிவிட்டது. சென்னகேசவன் சட்டைகளைத் துவைக்காமல் இருக்க இதுவும் காரணமாகலாம் என்று தோன்றிற்று.

மாலை நேரங்களில் என்னை உலாவ அழைப்பான். மக்கள் நெருக்கம் மிகுந்த தெருக்களில் நடப்பதை நான் மிகவும் வெறுப்பேன். அவன் எவ்வளவு கட்டாயப்படுத்திக் கூப்பிட்டாலும் உலாவலை மறுத்துவிடுவேன். சோகமான முகத்தோடு வெளிச்செல்வான். இருப்பினும் என்மீதான வருத்தத்தை வெளிப்படுத்திக்கொள்ளாமல் சிரித்துப் பேசிச் சரிப்படுத்துவான். சிறு செவ்வகமான அவ்வறையில் அவன் இருப்பைச் சகித்துக்கொள்ள வேண்டியிருந்தது. அவனும்கூட என்னை அப்படியே கருதியிருக்கக்கூடும். ஏனென்றால் எதற்கும் ஒத்துவராத ஆள் நான். அவனுடைய நண்பர்களும் வெகு குறைச்சல், யாராவது ஒருவரை அறைக்கு அழைத்து வந்து ஆர்ப்பாட்டத்தோடு அறிமுகப்படுத்துவான். அப்போது பார்த்தால் இருவரும் பிரிபடாத இணைகள் எனத் தோன்றும். பின்னொருமுறை அந்த நண்பரைப் பற்றி விசாரித்தால் உதட்டைப் பிதுக்கிக் கையை விரிப்பான். வேறு எந்தத் தகவலும் கிடைக்காது. சட்டைகள் போலத்தான் நண்பர்களும் அவனுக்கு என்று நினைப்பேன். சட்டைகளையாவது மாட்டி வைத்திருப்பான். நண்பர்களைச் சுத்தமாகத் துடைத்தெறிந்து விடுவான். அந்த மாயம் எனக்குப் புரியவேயில்லை.

ஏதோ ஒரு சந்தர்ப்பத்தில் அவனுடைய இன்னொரு பழக்கத்தை அறிய முடிந்தது. சட்டைப்பைக்குள்ளிருந்து லாட்டரிச் சீட்டுக்களை உருவி எடுத்து என்னமோ ஆராய்ச்சி செய்து கொண்டிருந்தான். கிட்டத்தட்ட மூன்று மாதங்களுக்கு மேல் அவனுடன் இருந்தும் அவனின் இந்தப் பழக்கத்தை அறிந்துகொள்ளாத என் கவனிப்பின்மேல் கோபம் வந்தது. லாட்டரிச் சீட்டுகளைப்பற்றி நான் விசாரித்ததும் ஆர்வமாகப் பேசத் தொடங்கிவிட்டான். எண்கணித ஜோசியத்தில் அவனுக்கு முழு நம்பிக்கை இருந்தது. அதிர்ஷ்ட எண்கள் குறித்து விளக்கி, பல மாநில லாட்டரிகளைப் பற்றியும் சொன்னான். எனக்கு ஏனோ அந்த விஷயம் ஒவ்வாமையாக இருந்தது. சென்னகேசவனை லாட்டரியோடு தொடர்புபடுத்த முடிந்ததுதான் எனக்குச் சுவாரஸ்யமே தவிர, லாட்டரி விவரங்கள் அல்ல. அதன்பின் அவ்வப்போது கேலியாக லாட்டரியைப் பற்றி விசாரிப்பேன். 'கோடீஸ்வரன்' எனக் கிண்டல் செய்வேன். அழுத்தமான புன்னகையோடு அதனை அங்கீகரிப்பான். உண்மையில் அவனுக்கு கோடீஸ்வரனாகி விட முடியும் என்னும் நம்பிக்கை இருந்தது. உணவைவிடவும் சட்டைக்கும் லாட்டரிக்குமே அவன் அதிகம் செலவு செய் கிறான் எனக் கணக்கிட்டேன்.

பின்னொருநாள் மாலை, அயர்ச்சியோடு பெஞ்சாகிய கட்டிலில் படுத்துக்கிடந்தேன். அறைக்குள் நுழைந்த சென்ன

பெருமாள்முருகன் ❖ 95 ❖

கேசவன் மிகுந்த மகிழ்ச்சியோடு இருந்தான். புதிய சட்டை அணிந்திருந்தான். தனக்கு அன்று பிறந்தநாள் என்றும் அதைக் கொண்டாடச் சிறுவிருந்தொன்று எனக்குத் தரப்போவதாக வும் கூறினான். உடனே கிளம்பும்படி வற்புறுத்தினான். மாலை உலாவலை அன்று என்ன சொல்லித் தவிர்ப்பதெனப் புரிய வில்லை. பிறந்தநாள் மகிழ்ச்சி முகத்தைக் கெடுக்கப் பிரிய மில்லை, புறப்பட்டேன். அவனுடன் தெருக்களில் நடக்கும் போது இடைவிடாது எதையாவது பேசிக்கொண்டே வரு வான். பேச்சைக் கட்டுப்படுத்தும் சங்கிலி என்னிடம் இல்லை. சற்றே உயர்தரமான உணவகம் ஒன்றில் ஏதேதோ சாப்பிட் டோம். வயிறு நிறைந்ததும் மனதும் நிறைந்தது போலிருந்தது. சமீப காலத்தில் அப்படிச் சுவையாகவும் அவ்வளவு அதிக மாகவும் நான் சாப்பிட்டிருக்கவில்லை என்பதும் அதற்குக் காரணமாக இருக்கலாம்.

உற்சாகமாகப் பேசியபடி இருவரும் நடந்தோம். அவன் அழைத்துச் செல்கிற இடங்களுக்கெல்லாம் போகும் மனநிலை யில் இருந்தேன். '*Three way love*' என்றொரு ஆங்கிலப்படம் அப்போது வந்திருந்தது. அதற்குப் போகலாம் என்றான். அந்தப்படம் எங்கள் மேன்சன் வட்டாரத்தில் பிரபலமாகப் பேசப்பட்டுக்கொண்டிருந்தது. அதனால் எனக்கு முழுச் சம்மதமாயிருந்தது. படத்திற்குப் போகும்முன் பிறந்தநாளை முன்னிட்டுச் சில லாட்டரிச் சீட்டுக்களை வாங்கவேண்டும் எனப் பிரியப்பட்டான். முதலில் லாட்டரிக் கடைக்குச் சென்றோம். சில வகையான சீட்டுகளைக் காட்டி அவற்றில் சிலவற்றைத் தேர்வு செய்து தரச்சொன்னான். எனக்கு எந்த அனுபவமும் அதில் இல்லை என்றாலும் தேர்ந்தவன் போலச் சில லாட்டரிச் சீட்டுக்களை உருவி அவனிடம் கொடுத்தேன். 'உன் ராசி இந்தப் பிறந்தநாளை மகிழ்ச்சியாக்கும்' என்று சொன்னான். நானும் உற்சாகத்தோடு 'இனி நீ கோடீஸ்வரன் தான்' என்று கூவியபடி சீட்டுக்களைப் பொறுக்கினேன். அவன் அன்றைக்குத்தான் என்னை அறைத்தோழனாக அங்கீகரித் தான் போல. இருவரும் இரண்டாம் ஆட்டம் '*Three way love*' படம் போனோம். படுகிளர்ச்சியை உண்டாக்கிற்று படம். சென்னகேசவன்மேல் நெகிழ்ச்சியான அன்பு தோன் றிற்று. அந்தப்படம் எங்கள் இருவருக்கிடையேயான இடை வெளியைக் குறைத்துவிட்டது போலிருந்தது. அவனுக்கு நன்றி சொன்னேன். லாட்டரிச் சீட்டுகளைத் தேர்வு செய்தமைக்காக எனக்கு அவனும் நன்றி சொன்னான். இப்படி அந்த மாலை யும் இரவும் கழிந்தன.

ஓரிரு நாள் போயிருக்கும். அதே மாலை, நாங்கள் மாலை நேரங்களில்தான் சந்திக்கவும் உரையாடவும் முடியும்.

காலையில் நான் உறங்கிக் கொண்டிருக்கும்போதே அவன் கிளம்பிவிடுவான். அல்லது அவன் உறங்கும்போது நான். ஆகவே மாலையில் அவனை எதிர்பார்த்துக் கொண்டிருந் தேன். வேகமாக உள்ளே நுழைந்து சட்டையைக் கழற்றி வீசினான். அவன் முகம் கோபத்தில் பொரிந்தது. என்னென் னவோ எனக்குப் புரிந்தும் புரியாத வசவுகளை வேகமாக உதிர்த்தான், அதிர்ந்து போனேன், அவன் வசவுகள் அனைத் தும் என்மீது தான். சட்டைப்பையிலிருந்த லாட்டரிச் சீட்டு களை ஆவேசமாகக் கிழித்து அறையெங்கும் விசிறினான். பிறந்த நாளன்று அவன் நூறு ரூபாய்க்கும்மேல் செலவிட் டிருக்கக்கூடும். அச்செலவெல்லாம் இந்த லாட்டரியை முன் னிட்டே. அன்றைக்குப் பிறந்தநாள் என்பது உண்மையோ என்னவோ, அதைச் சாக்காக்கி என்னை லாட்டரி வாங்க வைத்திருக்கிறான். என்னுடைய அதிர்ஷ்டம் அவனைக் கோடீஸ்வரனாக்கும் என்று எண்ணினான் போல. சுவை யான உணவும் *Three way love*-வும் என்னை லாட்டரி வாங்கிக் கொடுக்க வைத்து என் அதிர்ஷ்டத்தைச் சோதிக்கும் பொறி கள் எனப் புரிந்தது. நான் அவன் கோபத்திற்கும் ஆர்ப்பாட் டத்திற்கும் எதிராக எதுவும் பேசவில்லை. என் அறிவின் மையை நொந்துகொண்டேன்.

அதன்பின் சென்னகேசவனுக்கும் எனக்கும் பேச்சு அறுந்து போயிற்று. அறை எப்போதும் மௌனமாக இருந்தது. அவனுடைய தொணதொணப்பைவிட மௌனம் கொடுமை யானதாகத் துலங்கிற்று. விரைவில் அறை மாற்றிக்கொள்ள நேர்ந்தது.

✧ ✧

எழுத்துகளில் புதைந்த மனிதர்

காலமானார்

சென்னை, ஆக.1 – பத்திரிகையாளர் எம். புரட்சி மணி (65) ஞாயிறன்று சென்னையில் காலமானார்.

உடல்நலக்குறைவு காரணமாக அவர் ராயப்பேட்டை மருத்துவமனையில் சிகிச்சைக்காக சேர்க்கப்பட்டிருந்தார். அவருக்கு 2 மகன்கள், ஒரு மகள் உள்ளனர். அவரது மறைவுக்கு இரங்கல் தெரிவித்து சென்னை நிருபர்கள் சங்கத்தின் பொதுக்குழுவில் தீர்மானம் நிறைவேற்றப்பட்டது.

'தினமணி', ஆக. 2, 1993

'காலமானார்' என்னும் தலைப்பில் வரும் செய்திகளைப் படிப்பதில் எனக்கு எப்போதுமே கவனம் இருந்ததில்லை. ஒரு சில நொடிகள்கூட அந்தச் செய்தியில் கண்கள் பட்டுத்தெறிக்காமல் கடந்துவிடும். செய்தித்தாளில் வருகிற அளவுக்கு 'மேதைமையும் அதிகாரமும்' கொண்டவர்கள் நமக்கு அந்நியமானவர்கள் என்னும் நினைப்போ சாவு என்பது அத்தனை அக்கறைப்பட்டுக்கொள்ள வேண்டிய சங்கதியல்ல என்கிற இறுமாப்போ காரணமாக இருக்கலாம். இந்தச் செய்தியும் அப்படித்தான் நழுவிப் போயிருக்கவேண்டும். 'தெய்வாதீனத்தின்' ஓரப்பார்வை என் பக்கம் இருந்தது

போலும். வேறு எதையும் படிக்கிற மனநிலையோ, எதிலும் நிலைகொள்ளாத அலைவோ கொண்டிருந்தேன் அன்றைக்கு. படித்த செய்தித்தாளையே திரும்பத் திரும்பப் புரட்டுகையில், ஏதோ ஒரு கணத்தில் இதைப் படிக்க நேர்ந்துவிட்டது.

படித்ததும் எனக்கு அவரைத் தெரியும் என்கிற பரபரப்பு. அவர் போய்விட்டாரே என்பதனால் வருத்தம். யாரிடமாவது பேசித் தீர்த்துக் கொள்கிற அரிப்பு. அதற்கான முயற்சிகளெல் லாம் என் காலை வாரிவிட்டுத் தோல்வியில்தான் முடிந்தன. 'அவரை எனக்குத் தெரியும்' என்று தொடங்கிச் சொல்ல முற்படுகையில், அதைக் கடந்து வேறெதிலோ நிலைகொண்டு விட்ட மனசோடு நிற்கிறார்கள் எதிராளிகள். அவரைப் பற்றிய நினைவுகள் எந்தத் தீட்டுக்கும் இரையாகக்கூடாத புனிதம் கொண்டவை என்று நான் எண்ணவில்லை என்றா லும், கொஞ்சமேனும் அக்கறை காட்டாத தூண்களோடு உச்சுக் கொட்டிக்கொண்டு பரிமாறிக்கொள்ள முடியவில்லை என்னால்.

அறுபதைக் கடந்த கிழவனோடு எனக்கிருந்த தொடர்பில் என்ன சுவாரஸ்யம் இருக்க முடியும்? அவருக்கு நான் பக் கத்து அறைவாசி. குறைந்தது ஓராண்டுக் காலம். நம் மலத்தைப் பற்றிக் கவலைப்படும் அளவுகூடப் பக்கத்தில் இருப்பவனின் உயிரைப்பற்றிக் கவலைப்படாத வாழ்வின் துர்நாற்றம் படிந்து விட்டிருக்கவேண்டும். என் மனத்தில் அல்லது எதிரிலிருப்பவ னோடு நாம் வைத்துக் கொள்ளும் உறவு, கணக்கிட முடியாத அளவு மதிப்பு வாய்ந்த நிமிசங்களை உறிஞ்சிக் குடித்துவிடும் அபாயம் கொண்டது என்று நான் வைத்திருந்த கோட்பாட் டின் விளைவாக இருக்கவேண்டும். முதல் மூன்று மாதங்கள் எதிரிலிருப்பவரைப்பற்றி எந்தவித அக்கறையும் காட்ட வில்லை. பக்கத்திலிருந்த வேறு இரண்டு அறைவாசிகளான இளைஞர்கள் சிலரோடு பேச்சும் லேசான நட்பும் ஏற்பட் டிருந்தபோதும் இந்தக் கிழட்டுப் பத்திரிகையாளனோடு பேசுவதில் எந்தச் சுவாரஸ்யமும் இல்லாமல்தான் இருந்தது.

இரவின் அமைதியைப் பயன்படுத்திக் கொள்கிற எண் ணத்தில் நெடுநேரம் விழித்துப் படித்துக்கொண்டிருக்கும் நாட்களில், அவரைப் பார்ப்பேன். எங்கள் அறைகள் இருந்த மாடிக்கு வரும் குறுகிய படிகளில் அவரின் செருப்புச் சத்தம் இடை விட்டுவிட்டு வரும். மூச்சிரைப்பும் ஹுங்காரமும் இடைவெளிகளை நிரப்பும். படியை ஒட்டியிருந்த என் அறையின் ஜன்னலுக்கு நேராக அவர் தலை தெரியத்தொடங்கு கையில் திரும்புவேன். படியை ஏறிக் கடக்கிற அவஸ்தையிலும் போதையின் தடுமாற்றத்திலும் இருக்கும் அவர், ஜன்னல்

பக்கம் திரும்பாமலே போய்விடுவார். அதில் ஒரு எரிச்சல்கூட எனக்கு உண்டாகும்.

எழுந்து செய்வதற்கு வேலைகளே அற்றவன் மனநிலை யோடு வெகுநேரம் கழித்து விழிக்கிற பகல்களில், எதிர் அறையில் பூட்டுத்தான் தொங்கும். ஏதோ சில நாட்களில் அதிசயம் போல, பாத்திரம் கழுவவும், கீழிருந்து தண்ணீர் வாளியைத் 'தம்' பிடித்துத் தூக்கி வருவதுமான சில காட்சிகள் மட்டும் தென்படும்.

அவரோடு பேசிய நாளின் நினைவு எனக்குள் இன்னும் உறைந்திருக்கிறது. இரவு எட்டுமணி இருக்கும். என் அறையின் இரண்டு ஜன்னல்களையும் கதவையும் திறந்து வைத்துவிட்டு, தலையணையை முதுகுக்கு அணை கொடுத்துச் சுவரோடு சாய்ந்தபடி எதையோ படித்துக்கொண்டிருக்கிறேன். எத்தனை கணமாய் நிகழ்ந்திருக்குமோ தெரியவில்லை, அந்தக்காட்சி. திடீரென்று ஏறிட்ட ஒரு கணத்தில் தென்பட்டது. மூடியிருந்த ஒரு கதவைப் பிடித்தபடி, திறந்திருந்த கதவின் வழியே நீண் டிருந்த கிழ முகம். அரக்கப் பரக்க எழுந்தேன். வெற்றிலை குதப்பிச் சிவந்திருந்த உதடுகள் விரிந்தன. 'ரண்டு ருவா இருக்குமா.'

அதற்கப்புறம் எத்தனையோ முறை அவ்விதம் நிகழ்ந் திருக்கிறது. நானாகத் திரும்புகிறவரை எந்தச் சந்தடியும் ஏற்படுத்தாமல் நின்றுகொண்டிருந்துவிட்டு, பரிதாபத்தின் முழு வடிவம் தன் முகம்தான் என்பதை உணர்த்திக் கொண்டு, மெல்லிய சொற்களால் பணம் கேட்பார். மூக்கு நுனிக்கு இறங்கிக் கிடக்கும் கண்ணாடிக்குள் கண்கள் இறைஞ்சும். இரண்டு, மூன்று, ஐந்து ரூபாய்க்குமேல் கேட்க மாட்டார். அது கூட இல்லாத சில சமயங்களில் 'ஒரு ரூபாய் தான் இருக்கிறது' என்றால், அதையும் வாங்கிக் கொள்வார். அந்தப் பணம் எப்போதும் கூவத்தின் ஓரத்தில் விற்கிற பாக்கெட் சாராயத்திற்கு வேண்டியே இருக்கும்.

வாங்குவது போலவே திரும்பிக் கொடுப்பதிலும் ரசிக்கும்படியாக நடந்து கொள்வார். பெரிய நோட்டுகளை வைத்துக்கொண்டு, சில்லரை கேட்கும் பாவனை இருக்காது. சரியாகச் சில்லரை மாற்றி, நேராகக் கையில் கொடுக்காமல் அவர் கைக்கு எட்டும் தொலைவிலிருக்கும் ஏதாவது ஒரு புத்தகத்தின்மேல் வைத்துவிட்டு, அலுங்காமல் நகர்ந்து செல்வார். அவருக்கு வருமானம் இரண்டு விதமாக வரும். மூத்த பத்திரிகையாளருக்கான பென்ஷன் தொகை மாதம் முந்நூறோ நானூறோ வந்துகொண்டிருந்தது. ஏதாவது

பத்திரிகையில் எழுதும் அரசியல் கிசுகிசுக்களுக்கெனப் பெறுகிற நன்கொடை இன்னொரு வகை.

பென்ஷன் பணம் மாதத்தின் முதல் வாரத்தில் வரும். அந்த நாட்களில் அவர் இருபது வயது இளைஞனுக்குரிய துள்ளலும் சந்தோஷமுமாக இருப்பார். வாடகை கொடுத்து விடுவார்; கடன்களை அடைப்பார்; பை நிறைய அரிசியும் காய்கறிகளுமாக வருவார்; சப்பாத்தி செய்வார்; சுண்டலோ காய்கறிக் கூட்டோ செய்து பீங்கான் தட்டில் ஸ்பூனோடு கொண்டுவந்து என்னிடம் நீட்டுவார். சோம்பலினால் வெறும் கஞ்சியும் ரசஞ்சோறும் சாப்பிட்டுக்கொண்டிருக்கும் எனக்கு, முதுமையிலும் இவ்வளவு அற்புதமாகச் சமைத்துச் சாப்பிடும் அவரை நினைத்து மனசுக்குள் தாழ்வு வரும். சாப்பிடக் கூசும். ருசியோ ஈர்க்கும்.

அந்தச் சமயத்தில் ‘தாய்’ இதழில் ஒரு பக்க அளவு அரசியல் செய்திகள் எழுதிக் கொண்டிருந்தார். அதிலிருந்து வாரம் எழுபத்தைந்தோ நூறோ வரும். எப்போதாவது ‘தராசு’ போன்ற இதழ்களிலும் சில அரசியல் துணுக்குகள் எழுதுவார். அந்தச் செய்திகளுக்கெல்லாம் வெறும் கிசுகிசு அல்லது ஹேஸ்யங்கள் என்பதைத் தவிர, வேறெந்த முக்கியத்துவமுமில்லை. வறட்சி கொண்ட, மேடும் பள்ளமும் அற்ற ஒருவிதமான நடையில் எழுதுவார். அதுமாதிரியான செய்திகளை அப்படித்தான் எழுத முடியுமோ என்னவோ. அந்த இதழ்களிலிருந்து வருகிற வருமானம்தான் மாதம் முழுவதும். முக்கியமாக – ‘தாய்’. பின்னால் ‘கழுகு’ இதழ் தொடங்கப்பட்டபோது, அதன் குழுவில் அவரும் இருந்தார். அவருடைய படம் போட்டு, குறிப்பேடு வெளியிடப்பட்ட நோட்டீஸ்கூட வந்தது. அலுவலகப் பிரச்சினைகளையோ நிர்வாகத்தையோ கவனித்துக்கொண்டு மாதச் சம்பளத்திற்கு அதிலிருந்தார். நான் அங்கிருந்து காலி செய்துகொண்டு வரும்வரை கழுகில்தான் இருந்ததாக நினைவு.

தாயோ கழுகோ வந்ததும் முதலில் என்னிடம் கொண்டு வந்து தருவார். அவர் எழுதிய பகுதிகளைப் பேனாவால் டிக்கடித்துக் கொடுப்பார். அதை நான் படிக்கும் முன்னரே, அவற்றைப் பற்றிய விளக்கவுரை கொடுத்துவிடுவார். என்னிடம் கருத்தும் கேட்பார். நான் இல்லாத நாட்களில் கதவுச் சந்து வழியாக உள்ளே போட்டுவிடுவார். ‘தாய்’ இதழில் அப்போது கி. ராஜநாராயணனின் ‘வயது வந்தவர்களுக்கு மட்டும்’ தொடர் வந்துகொண்டிருந்தது. பத்துப் பன்னிரண்டு வாரங்கள் எழுதச் சொல்லி கிராவைக் கேட்டுக்கொண்ட செய்தி எனக்கு அவரிடமிருந்துதான் கிடைத்தது.

தாயிலிருந்து நிறையப் புத்தகங்கள் கொண்டுவருவார். நாவல்களும் சிறுகதைகளும். மதிப்புரைக்கு வருகிற புத்தகங் கள் அவை. நான் படித்து விட்டேனா என்று அடிக்கடி கேட்டு, தொந்தரவு கொடுத்தேனும் புத்தகங்களைத் திரும்ப வாங்கிக்கொள்வார். அவருடைய அறையில் அழகழகான பீங்கான் பாத்திரங்களோடு நிறையப் புத்தகங்களும் குவிந் திருக்கும். சமையல் பொருட்கள் சின்னச்சின்ன டப்பாக்களில் வரிசையாக அடுக்கப்பட்டிருக்கும்.

போதையோடு ரொம்ப நேரமாகவே அறைக்கு வந்து விடுகிற நாட்களில் அலை பாய்வார். பேசுவதற்கு ஆள் பிடிப்பார். நான் ஏதாவது வேலையாக இருந்தாலும் சரி, யாரோடாவது பேசிக்கொண்டிருந்தாலும் சரி – சட்டை செய்யாமல், தொடர்பற்று எதையாவது உளறிக்கொண்டே யிருப்பார். கிழட்டைத் தவிர்த்து அனுப்பிக் கதவைத் தாழிட்டுக் கொள்வதற்குள் போதும் போதுமென்றாகி விடும். அந்தச் சமயங்களில் சொற்களைப் பிய்த்து நெடுநேரம் பேசுவார். எனக்கோ தப்பித்து ஓடுகிற மனநிலைதான் இருக் கும். அப்படிக் கேட்டவற்றில் சில –

தொடக்க காலத்தில் திமுகவில் இருந்தாராம்.

செயற்குழுவிலோ பொதுக்குழுவிலோ இருந்ததாகவும் ஒருமுறை அண்ணாதுரையை எதிர்த்துத் தீர்மானம் போட்ட காரணத்தால் விலக்கப்பட்டதாகவும் சொன்னார். இது நடந்தது ஐம்பதுகளின் இறுதியில் என்றதாக நினைவு. அவருக்கு அண்ணாவையோ கருணாநிதியையோ கொஞ் சமும் பிடிக்காது. கருணாநிதியை அவன், இவன் என்றுதான் பேசுவார். அரசியலில் தன்னால் முன்னேற முடியாமைக்குக் கருணாநிதிதான் ஒரு பெரிய தடைக்கல் என்பதான எண்ணம் அவரிடம் இருந்தது. திமுகவில் இருந்தபோதுதான் 'புரட்சி மணி' என்று பெயர் வைத்துக் கொண்டாராம். அவருடைய இயற்பெயர் என்னவோ சொன்னார். என் நினைவிலிருந்து எப்போதோ உதிர்ந்து விட்டது.

கொஞ்ச காலம் நெடுமாறனிடம் தனிச்செயலராக இருந்தாராம். அப்போதுதான் விடுதலைப் புலிகள் இயக்கத் தலைவர் பிரபாகரன் தமிழகத்திற்கு வந்ததும் குண்டடிபட்டது மான சம்பவங்கள் நடந்தனவாம். முதல் தகவல் நெடுமாற னுக்குத்தான் கிடைத்ததாம். அவருடைய காரில் போய், பிரபாகரனை ஈரோட்டிற்குக் கொண்டுசென்றார்களாம். அங்கே பிரபாகரன் மருத்துவம் செய்துகொண்ட தனியார் மருத்துவமனையில், இவர்தான் உடன் இருந்தாராம். அவசரத் தில் மாற்றுத் துணிகூட எடுக்கவில்லையாம். ஒரு துணியையே

துவைத்துத் துவைத்துக் கட்டுவதைக் கண்ட பிரபாகரன், விடுதலைப் புலிகளின் சீருடை ஒன்றைக் கொடுத்தாராம். அதை மிகவும் பத்திரமாக வைத்திருப்பதாகச் சொன்னார். பிறிதொரு நாள் தன்னுடைய பெட்டியிலிருந்து அதை எடுத்துவந்து என்னிடம் காட்டவும் செய்தார். அது புலிகளின் சீருடைதான். மங்கிச் சாயம் வெளுத்துப்போன அந்த உடையைப் பொக்கிஷம்போலப் பாதுகாப்பதைக் கண்ட போது, அவர் சொன்னதை என்னால் நம்பாமல் இருக்க முடியவில்லை.

இதையெல்லாம் சொல்கிறபோதுதான் தன்னுடைய சுயசரிதத்தை எழுதப் போகிறேன் என்றார். நானும் அதை மிகவும் வற்புறுத்தினேன். எழுதத் தொடங்கினாரா என்பது பற்றி என்னால் அறிய முடியவில்லை. அரசியல் செய்திகளை எழுதுகிற மூத்த பத்திரிகையாளர் என்கிற நிலையில் அவ ருடைய சுயசரிதம் எழுதப்பட்டிருந்தால், முக்கியமான ஒன்றாகவே அமைந்திருக்கக்கூடும்.

அவருடையது கலப்புத் திருமணம், சாதியைப்பற்றி நான் கேட்டுக் கொள்ளவில்லை. ஒரு மகன், ஒரு மகள் என்றுதான் சொன்னார். செய்தித்தாளில் இரண்டு மகன்கள் என்று போட்டிருக்கிறது. மகனின் கொடுமை தாங்காமல்தான், தனியாக வந்துவிட்டதாகச் சொல்வார். மகன் அடித்ததில் ஏற்பட்ட வடுக்களையும்கூடக் காண்பித்திருக்கிறார். மகளும் மருமகனும் குழந்தைகளோடு ஒருமுறை அவர் அறைக்கு வரப்போகிறார்கள் என்றார். வந்தபோது நானில்லை. மகளும் கலப்புத் திருமணம் செய்து கொண்டதாகவே சொன்னார்.

எனக்குத் தெரிந்து இரண்டு முறை நீண்ட நாட்கள் அறைபக்கமே வராமல் இருந்திருக்கிறார். அந்தச் சமயங்களில் உடல்நிலை சரியில்லாமல் ராயப்பேட்டை மருத்துவமனையில் படுத்திருந்ததாகச் சொல்லியிருக்கிறார். ஒருமுறை இன்னும் ஆறு மாதத்தில் செத்துப் போய்விடுவேன் என்று தன் உள்ளுணர்வு கூறுவதாகச் சொன்னார். அதை நான் பொருட் படுத்தவில்லை என்றாலும், பயம் கொள்ள நேர்ந்திருக்கிறது.

அவர் தூங்கும்போது, ஜன்னல்களை இறுக்க மூடி விடுவார். அதிகாலை ஐந்து மணிக்கே எழுந்து விடுகிறவர், சில நாட்களில் பதினொன்று, பன்னிரண்டு வரை தூங்குவார். அந்த நாட்களில் ஒருவேளை செத்துப் போய்விட்டாரோ என்று பயந்திருக்கிறேன். வெளியே போய்விட்டு மாலையில் வருகையில் கதவு திறந்திருக்கும். மனசு அப்பாடா என்கும்.

பக்கத்து அறையில் சில சமயம் ஏழெட்டுப் பேர்கள் உருண்டு கிடப்பார்கள். அது மாதிரியான நேரங்களில்,

அறைக்கதவை வசதிக்காகத் திறந்தே போட்டிருப்பார்கள். அப்படியான ஒரு நாளில், தாத்தா தன்னுடைய அறைக்குள் புகுந்து சட்டைப்பையில் கைவிட்டுப் பணம் எடுக்க முயன்ற தாகவும், அதைத் தானே பார்த்ததாகவும் சொல்லி, பக்கத்து அறைக்காரன் அவரை அடித்துவிட்டான். அவரோ, போதை யில் ஒன்றுக்கிருக்க எழுந்ததாகவும் திக்குத் தெரியாமல் அந்தப் பக்கம் போய்விட்டதாகவும் சொன்னார். இருக்கலாம். அசிங்கம் பிடித்து எப்போதும் நாறிக்கொண்டிருக்கும் கழிப் பறை ஒன்று, எல்லோருக்கும் பொதுவாகக் கீழே இருந்தது. இரவுகளில் படியிறங்கி அந்த நாற்றத்தைத் தேடி யாரும் போவதில்லை. அறைகளுக்கு எதிரில் இருந்த வராண்டாவில் தான் விடுவோம். எப்படி இருந்தாலும் அடி விழுந்து விட்டது. அவர் பணமே எடுக்க முயன்றிருந்தாலும்கூட, தள்ளினால் விழுந்துவிடக்கூடிய கிழவனை அடிக்க உயர்ந்த கை, உண்மை யில் மரக்கட்டையாகவோ, வெறும் இரும்புக் கம்பியாகவோ தான் இருந்திருக்க வேண்டும்.

அவரைப் பற்றித் துண்டு துண்டாக என் நினைவில் எழும் செய்திகளை அப்படியே எழுதியிருக்கிறேன். இந்தக் குறிப்பு, இப்படி ஒரு மனிதர் இருந்தார் என்பதற்கான பதி வாக மட்டுமே இருக்க முடியும். அவருடைய அனுபவக் கீற்றின் ஒரு துளியைக் கூடத் தொட்டுணர இயலாத மொக் கைத்தனம் இதில் விரவிக் கிடப்பதை எளிதில் உணரலாம்.

26.08.93

உஞ்சவிருத்தி

விரிந்த மேய்ச்சல் நிலப்பரப்பில் அந்தக் கல்லூரி அமைந்திருந்தது. ஒருபட்டி ஆட்டுக்கூட்டம்போலக் கட்டிடங்கள். தமிழ்த் திரைப்படங்களில் காண்கிற கல்லூரி இல்லை அது. நகரத்திலிருந்து மிகவும் உள்ளொடுங்கிய கிராமத்துக் கல்லூரி. அதில் வேலைக்குச் சேர்ந்ததும் அருகில் எளிதாகக் கிடைத்த தோட்டத்து ஓலைக் கொட்டகை ஒன்றை வாடகைக்குப் பேசித் தங்கினேன். நூறு அடி தொலைவிலிருக்கும் கல்லூரிப் பரப்பில்தான் கழியல், குளியல், உலாவல் எல்லாம். ரொம்பவும் சந்தோசத்தைத் தரும் சூழல். அருகில், குமரன் கோயில் கொண்டிருக்கும் குன்று. ஓய்வாக மலையேறினால் சுற்று வட்டாரம் முழுவதையும் ஆனந்த மாகக் காணலாம். ஊர்ந்து செல்லும் மனிதப் பூச்சி களை வெகுநேரம் பார்த்துக் கொண்டிருப்பதில் எனக்குக் குஷியுண்டு. பொழுதுபோக்குக்கு எந்த வாய்ப்பும் இல்லாத அந்த இடத்தில் தனித்து என்னை உணர இயலாமல் செய்தவை மலையும் மனிதர்களின் நட்பும்தான்.

விவசாய நிலங்களுக்குள் அங்கங்கே குடியிருக்கும் மனிதர்களிடம் மழை, பயிர், பருவம் பற்றியெல்லாம் பேசி இயல்பாக அளவளாவ முடிந்தது. என் கொட் டகை வழியாகத் தட்டும் பையுமாகச் செல்லும் பள்ளிக் குழந்தைகளிடம் நட்பாக இருக்க இயன்றது. மாணவர் கள் என்னிடம் வந்து பேசிப் போவதை சகஜமாக உணர்ந்தார்கள். ஜவ்வரிசி ஆலைகளின் கழிவு நாற்றம்

ஒன்றைத் தவிர எல்லாம் அருமையாக இருந்தன. மாணவர்களும் ஆசிரியர்களும் அற்ற காலை மாலை நேரங்களிலும் கல்லூரிக்குச் செல்பவனாக இருந்த காரணத்தால் கல்லூரியின் கடைநிலை ஊழியர்களுடன் நெருங்கிப் பழக வாய்த்தது. பெருக்குவோர், தோட்டக்காரர், இரவுக் காவலர்கள் ஆகியோர் பழக்கமானார்கள். வெகுநேரம் அவர்களோடு பேச முடிந்தது. இரவுக் காவலர்கள் முதியவர்களாக இருந்ததால் ஏராளமான சம்பவங்களையும் அனுபவங்களையும் வைத்திருந்தார்கள். கேட்க விரும்பாவிட்டாலும் விடாது எதையாவது சொல்லியபடியே இருப்பார்கள். கல்லூரிக்கு வந்த பாம்புகளைப் பற்றியும் அவற்றுடனான தங்கள் சாகசம் பற்றியும் தினம் ஒரு கதையாவது வந்துவிடும். கல்லூரி முதல்வர்கள், பேராசிரியர்கள், அலுவலர்கள் என இருபத்தைந்து வருடப் புராணங்கள் விரியும். கல்லூரியின் வாயில் பகுதியில் விளக்குக்கம்பம் உண்டு, விளக்கு கிடையாது. அதனால் நிலா இரவுகளில் அதிக நேரம் வரைக்கும்கூட அவர்களோடு பேசிக்கொண்டிருப்பது உண்டு, அதாவது அவர்கள் பேச்சைக் கேட்டுக்கொண்டிருப்பதுண்டு.

பத்து நாட்களுக்கு ஒருமுறை வந்து கையொப்பமிட்டுச் சென்ற முதல்வர்கள், வகுப்புக்கே செல்லாத ஆசிரியர்கள், எதற்கெடுத்தாலும் கைநீட்டும் அலுவலர்கள் எனப் பலரின் வரலாறுகளையும் சம்பவங்களையும் அறிய வாய்ப்புக் கிடைத்தது அப்போது. எதேச்சையாக ரகசியம்போல அதிர்ச்சியூட்டும் ஒரு செய்தியைச் சொன்னார் இரவுக் காவலர் ஒருவர் – இரவுக்காவலர்கள் மூவர். மூவருமே தலித்துகள். அக்கல்லூரியில் கடைநிலை ஊழியர்கள் அனைவருமே தலித்துகள்தாம். கிராமங்களில் ஆதிக்கச் சாதியினரிடம் கருத் தொன்று உண்டு. அதாவது தலித்துகளுக்கு அரசாங்கம் ஏகப்பட்ட சலுகைகளைக் கொடுக்கிறது. அவர்கள் கொஞ்சம் படித்தாலும் போதும், அரசு வேலை கிடைத்துவிடும் என்றெல்லாம் கருதுகின்றனர். அவர்களால்தான் மற்ற சாதியினருக்கு வேலை கிடைப்பதில்லை எனவும் கூறுகின்றனர். இட ஒதுக்கீடு பற்றிப் போதுமான அறிவின்மையாலும் தலித்துகளில் ஓரிருவர் முன்னேறி வருவதைக்கூடச் சகித்துக்கொள்ள முடியாத காரணத்தாலும் இத்தகைய பொருந்தாத கருத்துகளைச் சாதாரணமாகச் சொல்வர்.

அரசு வேலை பெற்ற தலித்துகளிலும் தொண்ணூறு விழுக்காட்டினர் கடைநிலை ஊழியர்கள் அல்லது போலீஸ்காரர்களாகத்தான் உள்ளார்கள். எங்கள் ஊரில் ஐம்பது அறுபது குடும்பங்கள் அருந்ததியர் இருக்கிறார்கள். அவர்களில் இன்னும் ஒரே ஒருவர்கூட அரசின் கடைநிலை

ஊழியத்துக்கேனும் போகவில்லை. முப்பது குடும்பங்கள் உள்ள பறையர்களில் சிலர் மேற்சொன்ன வேலைகளில் இருக்கிறார்கள். இத்தகைய வேலைகளுக்குச் சென்றவர்களின் மேலதிகாரிகள் பெரும்பாலும் ஆதிக்கச் சாதியைச் சேர்ந்தவர் கள். பழைய விவசாய வேலையில் எத்தகைய நிலையில் இருந்தார்களோ அதில் ஐம்பது சதவீதம் இன்னும் அப்படியே தான். "சாமி" என்பதற்குப் பதில் "சார்". கடைநிலை ஊழியர் களை யாராவது "சார்" போட்டு அழைப்பதைக் கேட்டிருக் கிறீர்களா? எங்கள் கல்லூரி ஊழியர்களை, அவர்களைவிட எவ்வளவு சின்ன வயது ஆசிரியராக, அலுவலராக இருப் பினும் பெயர்சொல்லிக் கூப்பிடுவதுதான் வழக்கம்.

கூட்டுவது, கழிப்பறை சுத்தம் செய்வது, தண்ணீர் தருவது, காவல் காப்பது, ஏவல் வேலைகளைச் செய்வது – இவை யெல்லாம் தலித்துகளுக்கு உரியதாகவே நவீன அரசு வேலை முறையில் காணப்படுகின்றது. இந்த வேலைகள் இவர்களுக்கே உரியன என்னும் கருத்து ஆதிக்கச் சாதியினரிடம் இருந்தால், அதில் ஆச்சர்யப்படுவதற்கு ஒன்றுமில்லை. யார் பாதிப்புக்கு உரியவர்களோ அவர்களையே இந்தக் கருத்தை நம்பி ஏற்றுக்கொள்ளச் செய்துவிடுவதுதான் தந்திரம்.

அந்தக் கல்லூரி இருபத்தைந்து ஆண்டுகளுக்கு முன் தொடங்கப்பட்ட நாளில் நடந்த ஒன்றாக அந்தக் காவலர் சொன்ன சம்பவம் இந்தத் தந்திரத்திற்கு மிகச் சிறந்த உதாரணம். அப்போது கடைநிலை ஊழியர் தேர்வு நடை பெற்றது. அதில் தேர்வு பெற்ற அனைவரும் தலித்துகள். ஒரே ஒருவர் மட்டும் பார்ப்பனர். பிற்படுத்தப்பட்ட சாதி களைச் சேர்ந்தவர் எவருமில்லை. நிர்ப்பந்தம் என்று வரும் போது பார்ப்பனர்கள் மாறிக்கொள்ளத் தயாராக இருக் கிறார்கள்.

பிற்படுத்தப்பட்ட சாதிகளிடம் அவ்வளவு சீக்கிரம் மாற்றங்களை ஏற்படுத்த முடிவதில்லை. அந்த ஒரே ஒருவர் உஞ்சவிருத்திப் பார்ப்பனர் போலும். வேலை கிடைத்தால் போதும் என்று சேர்ந்துவிட்டார். அவருடைய பதவியின் பெயர் "பெருக்குநர்". அதாவது கல்லூரியைப் பெருக்கிச் சுத்தமாக வைத்திருப்பது அவர் வேலை. கல்லூரியில் என்ன பெரிய குப்பை சேர்ந்து விடும்? மாணவர்கள் படித்துக் கிழித்து எறியும் காகிதங்கள்தான். ஆசிரியர்களால் அதுவும் இருக்காது. வாசல் வெளியில் இலைச் சருகுகள். இந்தக் குப்பைகளைக் கூட்டுவது பெரிய வேலை கிடையாது.

ஆனால் ஒரு சிக்கல். பூவுலகத் தேவரான பார்ப்பனர் தம் கையில் விளக்குமாற்றைப் பிடிக்கலாமா? விளக்குமாறு

மூதேவியின் சின்னம். பார்ப்பனர்கள் சீதேவிக்குரிய சின்னங் களைக் கொண்டவர்கள். ஆக ஒரு பார்ப்பான் விளக்கு மாற்றை கையிலெடுத்துப் பெருக்குவதா? அப்படி நடப்பது அழிவின் குறியீடல்லவா? இந்தக் கேள்விகள் அந்தப் பார்ப் பனருக்கோ பார்ப்பனரை வேலைக்குத் தேர்வு செய்த அதி காரிகளுக்கோ வந்ததோ என்னவோ தெரியவில்லை. ஆனால் உடன் பணியாற்றும் கடைநிலை ஊழியர்களுக்கு வந்து விட்டது. சுத்தத்தில் வாழ்வது பார்ப்பனர்களின் உரிமை, சுத்தப்படுத்துவது தலித்துகளின் கடமை என்னும் கருத்துடை யவர்களாக இருந்தனர் அவர்கள். தங்களுக்குள் கூட்டம் போட்டு அந்தப் பார்ப்பனர் பெருக்கிச் சுத்தம் செய்யும் வேலையில் ஈடுபட்டால் "பழிபாவம்" அனைத்தும் தங்களுக்குத் தான் வரும் எனவும் ஆகவே அவரை அந்த வேலையைச் செய்ய விடக்கூடாது எனவும் தீர்மானித்தனர்.

என்றால், அவரை வேலையைவிட்டு விரட்டி விடுவது என்று அர்த்தமல்ல. அவருக்குரிய வேலைகளைத் தாங்களே செய்து விடுவது, மாதாமாதம் அவர் கையொப்பம்போட்டு ஊதியம் பெற்றுக்கொள்ளட்டும் என்பது முடிவு. அதன்படியே அவர் எப்போது வேண்டுமானாலும் வருவார், வராமலும் இருப்பார். எந்நேரத்திலும் போய்விடுவார். சம்பள தினத்தன்று தவறாமல் வந்து பெற்றுக்கொள்வார். இப்படி ஒரு நடைமுறை அனைவரின் ஒப்புதலோடும் அந்தக் கல்லூரியில் சில ஆண்டு கள்வரை நடந்திருக்கிறது. அதன்பின் அவர் தன் சொந்த ஊர்ப் பக்கம் மாறுதல் பெற்றுச் சென்றுவிட்டாராம். போன இடத்தில் இருந்த கடைநிலை ஊழியர்கள் எப்படிப்பட்டவர் களோ தெரியவில்லை. வேலை செய்யாமலே ஊதியம் பெறும் அதிர்ஷ்டம் வாய்த்ததோ என்னவோ. ஆனால் இங்கே பணி யாற்றியவரை அதிர்ஷ்டம்தான். விளக்குமாற்றை அவர் கையி லேயே தொடவில்லை. மற்றவர்களுக்குப் பழிபாவம் உண்டா காமல் காத்துவிட்டார்.

காலங்களைக் கடந்தும் ஒருவருக்குப் பலன் தருகிறதென் றால் அது சாதாரணத் தந்திரமல்ல, வரலாற்றுத் தந்திரம்.

'குதிரை வீரன் பயணம்', ஆகஸ்ட் 2005

◇ ◇

வேகம் இழந்த விசைத்தறிகள்

நாங்கள் குடியிருக்கும் பகுதியில் வண்டின் ரீங் காரம் போன்ற சத்தம் எப்போதும் கேட்டுக்கொண்டே யிருக்கும். குறுகிய தூரத்தில் விசைத்தறிப் பட்டறைகள் பல இருக்கின்றன. அவற்றிலிருந்து வரும் சத்தம்தான் இந்த ரீங்காரம். கிட்டதட்ட மூன்று வாரங்களாக இந்தச் சத்தமின்றி எதையோ இழந்தது போன்ற உணர் விலிருக்கிறோம். விசைத்தறிகள் வேலை நிறுத்தம் காரணமாகச் சத்தமில்லை. ஆம். சத்தமில்லை. எங்கும் கொடூர மௌனம் நிலவுகிறது. இது இழப்பின் மௌனம். எங்கள் பகுதியில் லாரிகளுக்கு அடுத்தபடியாக மிக முக்கியமான தொழில் விசைத்தறி. ஏராளமான விசைத் தறிப் பட்டறைகள் இங்கே உள்ளன. ஐம்பது, நூறு என்னும் எண்ணிக்கையில் தறிகள் போட்டிருக்கும் பெரு முதலாளிகளிலிருந்து (அவர்கள் தான் இங்கே பெரு முதலாளிகள்.) ஐந்து, பத்து எனக் குடிசைத் தொழில்போல தன் வீட்டிலிருப்போரைக் கொண்டே தொழில் செய்யும் தொழிலாளர் வரை ஏராளமான தறி உடைமையாளர்கள் இருக்கிறார்கள். தார் போடுதல், பாவு பிணைத்தல், பீஸ் மடித்தல், தறி ஓட்டுதல், கணக் கெழுதுதல், பழுது பார்க்கும் மேஸ்திரி வேலை எனப் பலவிதமான வேலைகளை உள்ளடக்கிய தொழில். உற்பத்தியில் மட்டும் இத்தனை வேலைகள். விற்பனைக்கு அல்லது ஏற்றுமதிக்குத் துணி தயாராகும்வரை இன்னும் பல படிநிலைகளிலான வேலைகள் உண்டு. உற்பத்திக் கான கச்சாப் பொருட்கள் தயாரிப்பிலும் வேலைகள் பல உள்ளன. தறி உரிமையாளர்கள் தவிர ஏராளமான பேர் இத்தொழிலை நம்பி வாழ்கின்றனர். நிலம் சார்ந்த

பண்ணையடிமை வேலையிலிருந்து தலித்துகள் (குறிப்பாக அருந்ததியர்) வெளியே வர உதவியதில் விசைத்தறித் தொழிலுக்கும் முக்கியப் பங்குண்டு. மதுரை போன்ற தென்பகுதி ஊர்களிலிருந்து ஆயிரக்கணக்கான மக்கள் இங்கே வந்து குடியேறவும் விசைத்தறியே முக்கிய காரணம். இத்தொழிலால் எதிர்மறையான விளைவுகளும் உள்ளன. சுற்றுச்சூழல் பிரச்சினையிலிருந்து கொத்தடிமை நிலைவரை அதன் பரப்பு விரிந்தது. ஆனால் லட்சக்கணக்கான மக்கள் இத்தொழிலில் ஈடுபட்டுள்ளனர் என்பது முக்கியமானது. அதிலும் மனிதனின் அடிப்படைத் தேவைகளில் ஒன்று என நாம் குறிப்பிடும் உடை சம்பந்தமான தொழில் இது.

இத்தொழில் மூன்று வாரங்களாக முடங்கிக் கிடக்கிறது. 'மூன்று வாரம்' என வாரக்கணக்கை நான் குறிப்பிட முக்கிய காரணமுண்டு (கட்டுரை ஏப்ரல் கடைசி வாரத்தில் எழுதப்பட்டது.) இத்தொழிலில் வாராவாரம்தான் சம்பளம் வழங்கப்படும். அதிலும் உள்ளூரில் சந்தை என்றைக்குக் கூடுகிறதோ அன்றைக்குச் சம்பள நாள். இதிலிருந்தே ஒன்றை அறியலாம். வாரக்கூலி பெற்றுத் தேவையான பொருட்களைச் சந்தையில் வாங்கிக்கொள்ளும் நாள் அது. ஒரு வாரம் கூலி இல்லாமல் போனாலும் பல குடும்பங்களின் நிலை திண்டாட்டமாகி விடும். அதுவும் வெளியூர்களிலிருந்து இங்கு வந்து, தறிப்பட்டறை உரிமையாளர்கள் புறாக்கூண்டுபோலக் கட்டிக் கொடுத்திருக்கும் சிறு வீடுகளில் வசிப்பவர்கள் நிலை மிகவும் கஷ்டம். அவர்கள் ஏற்கனவே உரிமையாளர்களிடம் பத்தாயிரம், இருபதாயிரம் என்று முன்பணத்தொகை பெற்றிருப்பார்கள். அத்தொகை எவ்விதமோ செலவழிந்து போயிருக்கும். அதனைத் திருப்பிக் கட்டும்வரை கொத்தடிமைதான். வேண்டுமானால் இன்னொருவரிடம் முன்பணம் வாங்கிக் கடனை அடைக்கலாம். முதலாளி மாறலாம்; கொத்தடிமை நிலையில் மாற்றம் எதுவுமில்லை. இத்தகைய நிலையில் இருக்கும் அவர்கள் இந்த வேலைநிறுத்தக் காலத்தை எப்படிச் சமாளிக்க முடியும்? குடும்பச் செலவுகள், தவணை முறையில் வாங்கிய நான்காம் தர நுகர்வுப் பொருட்களுக்கும் கட்டவேண்டிய தொகை எனத் தொடர்ந்து வரும் செலவுகளை எவற்றின் மூலம் நிறைவு செய்வது? முதலாளியிடம் மேலும் பணம் பெற்றுக் கொத்தடிமை நிலையை ஆழப்படுத்திக்கொள்வதைத் தவிர வேறு வழியில்லை.

இது ஒரு பக்கமிருக்க, இத்தொழிலோடு நேரடித் தொடர்பில்லாத தொழில் செய்யும் பலருக்கும் ஏற்பட்டிருக்கும் பாதிப்புகள் வெளிப்படையாகத் தெரிவதில்லை. பெரும்பாலான தேநீர்க் கடைகள் விசைத்தறித் தொழிலாளர்களை

நம்பி நடப்பவை. இப்போது அந்தக் கடைகள் எல்லாம் தூங்கி வழிகின்றன. அங்கே தொங்கவிட்டிருக்கும் பலவகையான 'பன்கள்' விற்பனையாகாமல் பூஞ்சனம் பிடித்துக் கிடக்கின்றன. பன் தயாரிக்கும் தொழில் செய்யும் சிறு தொழிலாளர்கள் வீட்டில் அடைந்து கிடக்கின்றனர். தேநீர் குடிக்கும்போது அதில் தொட்டுத் தின்ன ஒரு பன்னை எடுக்கும் கைகள் இன்று வெறுமையாகி விட்டதுதான் காரணம். பெட்டிக் கடைகள் வியாபாரம் இன்று வழிமேல் விழி வைத்து ஆட்களைக் கூப்பிடுகின்றன. இப்படி எதிர்மறையாகப் பாதிக்கப்பட்டோர் பலர். மாட்டு வண்டிகள், சிறு டெம்போக்கள் ஆகியவையும் ஓட்டமின்றி நிற்கின்றன. இந்த நிலையை நினைத்துப் பார்த்தாலே கஷ்டம். ஆனால் இதற்கு ஆளான ஏராள முகங்களை அன்றாடம் சந்தித்துக் கொண்டிருக்கின்றேன். விசாரிப்பு, உதட்டைப் பிதுக்கும் பதில், வேதனை இவற்றைத் தவிர ஒன்றுமில்லை. விசைத்தறி வேலையில் ஈடுபட்டுள்ள இளைஞர் குழாம் இன்று சிறு சிறு திருட்டுகளில் ஈடுபடவும் தொடங்கியிருக்கிறது. கிராமங்களில் தனியாகச் செல்வோரிடம் காதணிகளைப் பறிப்பது, ஆடுகளைத் திருடுவது, கோழிகளைப் பிடிப்பது என மெல்லத் திருட்டின் பரிமாணம் விரிகிறது. கிராமங்கள் இன்று அச்சத்திலும் பாதுகாப்பு வழிமுறைகளைத் தேடுவதிலும் முனைந்திருக்கின்றன.

ஓரிரு நாட்கள் விசைத்தறி வேலைநிறுத்தம் பற்றித் தலைப்புச் செய்தி வெளியிட்ட பத்திரிகைகள், தொலைக்காட்சி ஆகிய தொடர்புச் சாதனங்கள் அடுத்தடுத்து வேறு செய்திகளுக்குத் தாவிவிட்டன. அரசு என்ன செய்கிறது? இந்த அடிமட்டத்து மக்களுக்கு நேர்ந்திருக்கும் பாதிப்புகளைப் பற்றிய ஏதாவது உணர்வு அரசுக்கு இருக்கிறதா? பிரதமரும் அமைச்சர்களும் முதல் மந்திரிகளும் அன்றாடம் ஏதாவது நலத்திட்டங்களைத் தொடங்கி வைக்கிறார்கள். அறிவிப்புகளை வெளியிடுகிறார்கள். தலைப்பாகை, குல்லா சகிதம் ஏதாவதொரு பாரம்பரியக் கொண்டாட்டங்களில் ஈடுபட்டு நிழற்படங்களுக்குப் போஸ் கொடுக்கிறார்கள். அவர்களுடைய முகங்களில் ஏதேனும் ஒரு மூலையில் விசைத்தறி வேலைநிறுத்தத்தால் பாதிக்கப்பட்டுள்ள மக்களைப் பற்றிய சிறு சுருக்கமேனும் தோன்றுகின்றதா? அதைப் பற்றிப் பெயரளவுக்கேனும் பேசுகின்றார்களா? கஞ்சித் தொட்டி வைத்தும் பிரியாணி போட்டும் கொண்டாடிய கட்சித் திருமுகங்கள் எங்கே போய் ஒளிந்து கொண்டன? வேலைநிறுத்தத்தை முடிவுக்குக் கொண்டு வரும் சிறு முயற்சியேனும் அவர்களிடம் இருப்பதாகத் தெரியவில்லை.

பெருமாள்முருகன்

சுதேசி வேசம் போடும் பாரதிய ஜனதாதான் உலகமய மாக்கலைத் தீவிரமாக அமல்படுத்தும் கட்சியாக இருக்கிறது. தமிழ்நாட்டில் அதற்கு நிகராக அ.தி.மு.க. இந்தக் கட்சிகளின் ஆட்சியை மிஞ்சும் வகையில் உலகமயமாக்கலை அமல்படுத்த முடியும் என்ற நம்பிக்கையை ஏற்படுத்தினாலன்றி எதிர்க்கட்சி களுக்கு ஆட்சி வாய்ப்பிருப்பதாகத் தோன்றவில்லை. பிஜேபி ஆட்சிக்கு வந்தபின் மக்கள் போராட்டங்களை அது எதிர் கொண்ட விதம் கவனத்திற்குரியது. ஒரு தொழிற்சங்கம் தன்னுடைய கோரிக்கைகளுக்காகப் பலகட்டப் போராட்டங் களை அறிவிக்கின்றது. ஒரு காலத்தில் அப்போராட்டங்கள் ஏற்படுத்திய விளைவுகள் நல்ல பலன்களைக் கொடுத்திருக் கின்றன. ஆனால் இன்று?

தம் கோரிக்கைகளை வலியுறுத்தி நிறுவனங்களின் வாயில் களிலோ நிர்வாக அலுவலகங்களின் முன்போ முழக்கமிடும் முழக்கப் போராட்டங்களின் கதியை நினைத்துப் பாருங்கள். சாரமின்றி தொய்ந்த குரலில் மரபான முழக்கங்கள். அவற்றை முழக்க அரசாங்கம் நிர்ணயம் செய்திருக்கும் இடங்கள். மாவட்ட ஆட்சியர் அலுவலக வாயிலில் ஒரு புறம் முழக்கம் போடுவதற்கென்றே ஒதுக்கப்பட்டிருக்கும். இல்லையேல் யாரும் பொருட்படுத்தாத அஞ்சல் அலுவலக வாயில்கள் இதற்கென்று ஒதுக்கப்பட்டிருக்கும். அதைவிட, அடையாள உண்ணாவிரதங்களின் நிலை படுமோசம். யாரும் அறியாத, யாருக்கும் தெரியாத சாலைகளில் ஏதோ ஒரு மூலையில் உண்ணாவிரதம் இருக்கக் காவல்துறை அனுமதி கொடுத்திருக் கும். அவ்விடத்தில் காலை முதல் மாலை வரை தலைவர்கள் முழங்கும் ஒலிகள் அர்த்தமற்று ஒலிப்பதைத் தவிர உண்ணா விரதத்தால் பயனொன்றும் இல்லை. குறைந்த பட்சம் பிரச் சார நோக்கம்கூட நிறைவேறுவதில்லை. பேரணி, ஊர்வலம் போன்ற முக்கியமான போராட்ட வழிமுறைகள் இன்று என்னவாயின? பிரதான சாலைகளைத் தவிர்த்து, யாருக்கும் எந்த இடையூறும் இல்லாத வண்ணம் ஊர்வலம் போகலாம். அதாவது சாலையோரத்தில் நடைபாதையில் செல்வோரைப் போல பேருந்துகள் இயங்கும். வண்டிகள் போகும். எந்தப் பாதிப்புமற்று, நடுத்தரவர்க்க மனோபாவங்களைத் திருப்தி செய்யும் வகையிலான பேரணிகள். போராட்டத்தின் முக்கிய கட்டம், மறியல். மறியல் செய்யும் இடம், நேரம் ஆகிய அனைத்தையும் முன்கூட்டித் தெரிவித்து அனுமதி பெற்றாக வேண்டும். மறியல் செய்வோர் வருமுன்னரே காவல் துறை யினர் வந்து குவிந்துவிடுவர். மறியலுக்காக வரும் கூட்டம் சேரச் சேர வண்டியில் ஏற்றப்படும். மறியலே இல்லாமல் கைதுகள், மாலை விடுதலைகள். இந்தப் போராட்ட வழி

முறைகளில் ஏதேனும் பயன் இருக்கிறதா? போராட்டக் களம் எங்கே என்பதைத் தேர்வு செய்துகொள்வதற்கான உரிமை போராடுவோர்க்கு இல்லை. எங்கே போராட்டத்தை வைத்துக் கொள்ளலாம். எந்த முறையில் நடத்தலாம் என்பதைத் தீர்மானிப்பது அரசு. அதாவது யாருக்கு எதிராகப் போராடுகிறோமோ, அதே எதிரி. இந்தப் போராட்ட வழி முறைகள் அனைத்துமே போராடுவோரின் கைகளை விட்டுப் போன அவலம் நேர்ந்துவிட்டது.

போராட்டத்தின் இறுதிக்கட்ட ஆயுதம், வேலை நிறுத்தம். ஒரு நாள் அடையாள வேலைநிறுத்தங்களின் பாடு அச்சுறுத் தலில் சிக்கித் தவித்துக் கொண்டிருக்கின்றது. அதனால் இழப்பு அரசுக்கு ஒன்றுமில்லை எனத் தெனாவெட்டாக அறிவிக்கிறது அரசு. தொடர் வேலைநிறுத்தம் அரசை அச் சுறுத்தும் ஆயுதமாக இருந்ததும் வேலைநிறுத்தத் தேதி அறிவிக்கப்பட்டவுடன் பேச்சுவார்த்தைக்கு அழைத்த கால மும் மலையேறிவிட்டன. தொடர் வேலைநிறுத்தத்தின் பலன் அரசைப் பேச்சு வார்த்தைக்கு அழைக்க வைப்பதாகச் சுருங்கிப் போய்விட்டது. அவ்வாறு பேச்சுவார்த்தைக்கு அழைத்தாலே போராட்டம் வெற்றி பெற்றுவிட்டதான மன நிலை வந்துவிடுகிறது. வேலைநிறுத்தத்தைக் கைவிட்டால்தான் பேச்சுவார்த்தை என்று போராட்டத்தைக் கைவிடும் நிபந் தனையை அரசு விதிக்கும் அளவு அதன் அணுகுமுறை மாறிப்போய்விட்டது. மேலும், இந்த அரசு தொடர் வேலை நிறுத்தத்தை அணுகும் முறை, அதைக் கண்டுகொள்ளாமல் விட்டுவிடுவதுதான். முடிந்தால் மாற்று ஏற்பாடுகளைச் செய்வது; இல்லையேல், எந்தப் பாதிப்பும் இல்லை என்பதான பாவனையில் முகத்தையே திருப்பாமல் விட்டுவிடுதல். போராடுவோரே சலித்துப்போய் தம் அலுவல்களுக்குத் திரும்பிவிடும் மனநிலையை ஏற்படுத்துதல் மூலம் போராட் டத்தைச் சிதைப்பதுதான் அரசின் நோக்கம். பிஜேபி அரசு ஆட்சிக்கு வந்ததும் நடைபெற்ற பெரும் போராட்டம் அஞ்சல் ஊழியர்களின் போராட்டம். ஒரு மாதத்திற்கு மேல் நீடித்த அப்போராட்டம் எந்தப் பலன்களுமற்று வெறுமனே முடிந்தது. அரசின் வெற்றி அது. அதற்குப் பின் நடைபெற்ற எந்தப் போராட்டத்தையும் அதே அணுகுமுறையில் கையாள்வதைப் பார்க்கலாம். தொடர் வேலைநிறுத்தப் போராட்டம் ஏதாவது போராடுவோருக்குச் சாதகமாக முடிந்திருக்கிறதா என்று பார்த்தால், பதில் 'இல்லை' என்பதுதான். லாரிகளின் வேலை நிறுத்தம்கூட முக்கிய கோரிக்கைகள் இரண்டையும் ஆய்வுக் குழுவுக்கு அனுப்பும் ஏட்டளவு உறுதிமொழியில் போய் முடிந்திருக்கிறது.

பெருமாள்முருகன்

தொழிலாளர்கள், பணியாளர்கள் ஆகியோரின் போராட்டக் காலம் முடிந்து இப்போது லாரி, விசைத்தறி என உடைமை யாளர்களின் போராட்டம் தொடங்கியிருக்கிறது. பெரு முதலைகளின் வாய்க்குள் போய் விழும்முன் துள்ளும் சிறு மீனின் துடிப்பாகத்தான் இருக்கப் போகிறது இந்தப் போராட்டம். விசைத்தறியாளர்களுக்குப் பலன் எதையும் பெற்றுத் தராமலே முடிந்துபோய் விடுமோ என்னும் அச்சம்தான் தோன்றுகிறது.

தொழிற்சங்கங்கள், போராடுவோர் முன் இப்போது ஒரு முக்கிய பணி இருக்கிறது. போராடும் காலம், இடத்தைத் தேர்வு செய்யும் உரிமையைத் தமதாக்கிக்கொண்டு பழைய வழிமுறைகளை ஆக்கப்பூர்வமாகப் புதுப்பித்துக் கொள்ளலாம். இல்லையேல் அவற்றைக் கைவிட்டுப் புதிய வழிமுறைகளைக் கண்டடையலாம். அதுவரை, விசைத்தறியாளர்களிடம் தோன்றிவிட்ட சிறு முணுமுணுப்புப் பெரிதாகி வேறு வழியற்றுக் கொஞ்சம் கொஞ்சமாக வேலை நிறுத்தத்தை அவர்களே முறியடித்து விடுவார்கள் என்னும் அரசின் நம்பிக்கை தான் வெல்லும் போலிருக்கிறது. விசைத்தறி வேலை நிறுத்தத்தில் மட்டுமல்ல; இனி வரும் எல்லாப் போராட்டங்களிலும் அரசின் கை ஓங்கியிருக்க, தொழிற்சங்கங்கள் கைபிசைந்து நிற்க வேண்டியதுதான். இனியேனும் போராட்ட வழிமுறை கள் மாற்றம் குறித்த விழிப்புணர்வு தோன்றுமா?

'கவிதாசரண்', மே - ஜூன் 2003

கருவறை எலி

கடவுளை என்னால் இன்னும் முழுமையாக விட்டுவிட முடியவில்லை. எழுபத்தைந்து விழுக்காடு, கடவுள் இல்லை; அது ஒரு கருத்துதான் என்று நினைக்கிறேன். ஆனால் இன்னொரு இருபத்தைந்து விழுக்காடு இருக்கிறதே, அது படுத்தும்பாடு சொல்லும் தரமல்ல. இருக்கிறது, இல்லை என்னும் இரண்டும் சிலிர்த்துக் கொண்டு வாளோங்கிப் போர் புரியும் களம். 'இதயமற்ற இடத்தில் இதயமாக இருக்கிறது' என்று மதத்தைப்பற்றிக் காரல் மார்க்ஸ் கூறுகிறார். சக மனிதர்கள், சமூகம், வாழ்க்கை என எல்லாப்புறமும் வஞ்சித்து ஒதுக்கப்படும்நிலையில் மதம்தான் அரவணைக்கிறது. மதம் காட்டுவது கண்ணுக்குத் தெரியாத வெற்றுக் கருத்தாக இருந்தபோதும் அது ஆறுதல் என்னும் விஸ்வரூபம் கொள்கின்றது. எதிரிலிருந்து எந்தப் பதிலும் எதிர்வினையும் வரவில்லை எனினும் மனம் விட்டுத் தன் குறைகள் அனைத்தையும் கொட்ட முடிகிறதே, அது சாதாரணமில்லை. சக மனிதன் ஒருவனிடம் இத்தகைய உரிமையை எடுத்துக்கொள்ள முடிவதில்லை. சக மனிதன், தன் பிரச்சினைகளை மறந்து இன்னொருவருடையதைக் கேட்கும் மனநிலையில் இருக்கவேண்டும். கேட்பவனுக்கு அவை முக்கியத்துவம் உடையவை என்று படவேண்டும். இல்லையெனில் சொல்பவன் சட்டெனக் கேலிக்கோ ஏளனத்துக்கோ உள்ளாகிவிட நேரும். பிரச்சினைகளோடு இந்தக் கேலி தரும் அவமான வலியும் சேர்ந்துகொண்டால் என்ன ஆவது?

கடவுளிடம் இந்தக் கஷ்டங்கள் எல்லாம் கிடையாது. எதை வேண்டுமானாலும் சொல்லலாம்; எவ்வளவு நேரம் தேவையெனினும் எடுத்துக் கொள்ளலாம். 'எனக்கு வேலை இருக்கிறது' என்று பாதியில் கத்தரித்து எழுந்து போய்விடு பவன் அல்ல கடவுள். மனம் திறந்து பேசுவதற்கு வாய்ப்புக் கிடைத்தாலே துன்பம் தீர்ந்துவிடும் அல்லவா? 'கடவுளை இழந்தது என் காலம்' என்று வருந்தும் கவிஞர் சுகுமாரன்,

எனது கடவுள் இருந்திருக்கலாம்
செவிடு எனினும்
புகார்கள் சொல்லிப் புலம்பலாம்
துயர நிமிஷங்களில்
நடுங்கும் கைகளில் முகம்புதைத்துக் குமுறலாம்

என்பார். கடவுள் கொடுக்கக்கூடிய ஆசுவாசம், நிம்மதி, ஆனந்தம் ஆகியவற்றுக்கு நிகராக எதைச் சொல்ல முடியும்? கடவுளிடம் இன்னும் ஒரு பெரும் வசதி. மனிதனால் கேட்கத் தான் முடியும். தீர்க்க முடியுமா? கடவுளாலும் தீர்க்க முடி யாதுதான். எனினும் தீர்த்து வைப்பார் என்று அவர் மேல் பாரத்தைப் போட முடிகிறது. தீர்க்கச் சொல்லி வேண்டு கோள் வைக்கலாம். ஐந்து, பத்து கடன் கேட்பதென்றாலே மனிதர்களிடம் எத்தனையோ தயக்கங்கள் வந்து சேர்ந்துவிடு கின்றன. ஆனால் கடவுளிடம் என்ன தயக்கம்? எதை வேண்டு மானாலும் சொல்ல முடிவதைப்போலவே எதை வேண்டு மானாலும் கேட்கவும் செய்யலாம். தி. ஜானகிராமனின் சிறுகதை ஒன்றில் அதன் நாயகியான விலைமகள் ஒருத்தி கடவுளிடம் "நான்கு நாட்களாகப் பட்டினி. தாராள மன சுள்ள ஒருவனை இன்றாவது அனுப்பு" என்று வேண்டுதல் வைப்பாள். கடவுளை நம்பாமல் இருந்தால் அந்தப் பெண் ணுக்கு வாழ்க்கை மீதான நம்பிக்கை இருந்திருக்குமா? நான்கு நாட்களைத் தள்ளி ஐந்தாவது நாளாவது ஒருவன் கடவுளால் கிடைப்பான் என்னும் நம்பிக்கை சாதாரணமானதா? மனி தனைப்போலக் கடவுள் மதிப்பீடுகளைச் சுமந்து திரிவ தில்லை. கடவுள் என்பது வெகு சுதந்திரமான வெளி. அங்கே எதற்கும் இடமுண்டு. அது மாயவெளியாக இருக்கட்டும். அங்கிருந்து எந்த சமிக்ஞையும் கிடைக்காமல் போகட்டும். ஆனால் மனிதன் அதிர்ச்சி அடையும் விதவிதமான கோரிக்கை களைச் சலனமற்று அந்த மாயப் பெருவெளியில் சமர்ப்பிக்க முடிகிறது.

மனித சமூகம் விதித்திருக்கும் வாழ்க்கையை வாழ முற் படுவோர் கடவுளை முற்றிலுமாகப் புறக்கணித்துவிட முடி யாது. 'கடவுள் இருந்திருக்கலாம்' என்றாவது நினைத்துத் தானாக வேண்டும். கடவுளைப் பற்றிப் பிரச்சினைகள் தோன்று

வதற்கு மிக முக்கியமான காரணம், கடவுளை மனிதன் குடி வைத்திருக்கும் இடம்தான் கோவில். கோவிலை முன் னிறுத்தி உள்ளூரிலிருந்து தேசியம்வரை அன்றாடம் ஏதாவது பிரச்சினைகள்தான். இடம் என்று இருந்துவிட்டாலே மனி தனுக்கு ஆக்கிரமிக்கும், அபகரிக்கும் புத்தியும் இயல்பாக வந்துவிடுகிறது. அத்தோடு பொருள், சொத்து உள்ளிட்ட செல்வாக்குக்கான விஷயங்களைத் தன்னிடம் வைத்துக் கொண்டிருக்கும் இடமென்றால் சும்மாவா? கோவிலில் கடவு ளுக்கு எந்த அதிகாரமுமில்லை. கடவுளின் பெயரால் அதிகாரங்களை எல்லாம் மனிதன் திருடிக்கொண்டான். கடவுளைக் கருவறை இருளுக்குள் புதைத்துவிட்டு, அவன் பெயரால் வெளிச்சக் கொள்கைகளை நடத்துவதற்கான இடமாகக் கோவிலை ஆக்கிக்கொண்டான். கோவில்களில் புகுந்து கொள்ளையடித்த சம்பவங்கள் நம் வரலாற்றில் ஏராளம். கோவில்களைக் கட்டிக்கொடுத்த மன்னன் போற்று தலுக்கு உரியவன். அதுவும் தான் சாராத வேறொரு மதக் கடவுளுக்குக் கோவில் அமைத்தவன் பேருபகாரி. கோவில் களைச் சிதைத்தது, கடவுள் உருவங்களைத் திரித்தது, வழி பாட்டு முறைகளை மாற்றியது, கடவுள் சிலைகளை அபகரித் தது, திருமேனிகளைச் சுரண்டியது – என்றெல்லாம் எத்த னையோ சம்பவங்கள் வரலாறெங்கும் இறைந்து கிடக்கின்றன. அதேபோல் கோவில்களுக்குத் தானங்கள் வழங்கிய குறிப்பு களும் பலவுண்டு. இன்றும் யானைக்குட்டி தானம் முதல் உண்டியலில் கொட்டுவதுவரை எத்தனையோ நடக்கின்றன.

கடவுள்கள் பேசாமல் இருந்தாலும் கடவுளுக்கு இடம் பிடிப்பதில் வெறிகொண்டு அலையும் கூட்டம் நீக்கமற நிறைந்திருக்கிறது. கடவுள் யாருக்கும் தொந்தரவு தராமல் மரத்தடிகளில் வீற்றிருந்தவரை அவரால் எந்தப் பிரச்சினையும் இருந்ததாகத் தெரியவில்லை. கடவுள் குடியிருக்க ஆடம்பர மான கட்டடங்களை உருவாக்கிய பின்தான் பிரச்சினைகள். நம் கட்டடங்கள் எல்லாமே இடத்தை ஆக்ரமித்துத் தன தாக்கிக் கொள்வதோடு இடம் சார்ந்து மனிதனைப் பிரித்து வைக்கவும் செய்கின்றன. கோவிலின் வெளியே நின்று கொண்டு கும்பிடலாம்; பிரகாரம்வரை வரலாம்; கொடி மரத்தின் அருகே நின்று கொள்ளலாம்; மகா மண்டபம்வரை வந்து போகலாம் – என்று கோவிலுக்குள் மனிதர்கள் நுழை வதைப்பற்றிச் சட்ட திட்டங்கள். மனித சமூகம் சாதிகளாகப் பிரிந்து கிடக்கிறது. அந்தப் படிநிலைகள் கோவிலிலும் கடைப்பிடிக்கப்படுகின்றன. சாதிப் பிரிவினையை நிலைநிறுத்து வதில் கோவிலுக்கு முக்கியப் பங்கு இருந்திருக்கக்கூடும். பின்னாளில் முன்னேற முயன்ற சாதிகள் கோவில் நுழைவுப்

போராட்டங்களைக் கையிலெடுத்ததையும் எண்ணிப் பார்க்க வேண்டும்.

கோவில் நுழைவுப் போராட்டம் நடத்திய முதல் ஆளாக நமக்குக் கிடைக்கும் பருண்மையான சான்று நந்தனார் என்றே நினைக்கின்றேன். நந்தனார், தில்லைக் கோவிலில் நுழைந்து நடராஜனை வழிபட முயன்றபோது கொல்லப்பட்டவர். அன்றைக்கிருந்த பக்தி இயக்கம் நந்தனார் கதையைத் தனது நலனுக்கேற்பத் திரித்துச் சாதகமாகப் பயன்படுத்திக் கொண்டது. எவ்வளவு சக்தி உடையவராக இருந்தபோதும் கடவுள், தனது பக்தனாகிய நந்தனாரைக் கோவிலுக்குள் அழைத்து வழிபடச் சொல்லமுடியவில்லை. தில்லை வாழ் அந்தணக் குடுமிகளுக்குச் சிவபெருமானே அஞ்சித் தொலைத்திருக்கிறான். அவர்களை மீறி அவனால் ஒன்றும் செய்ய முடியவில்லை. நந்தனாரை வெளியே நிறுத்தி வைத்து நந்தியை விலகிக்கொள்ளச் சொல்லிக் காட்சி தந்திருக்கிறான். சிவனால் முடிந்தது அவ்வளவுதான்.

பத்தொன்பதாம் நூற்றாண்டில் நடைபெற்ற கோவில் நுழைவுப் போராட்டங்கள் பற்றிய தகவல்கள் இன்று நமக்குக் கிடைக்கின்றன. கோவிலில் நுழைவதைத் தம் மீதான இழிவைப் போக்கிக் கொள்ளும் நடவடிக்கையாகக் கருதிப் பல சாதியினர் இச்செயலில் ஈடுபட்டுள்ளனர். குறிப்பாகத் தென்தமிழ் நாட்டில் நாடார்கள் நடத்திய இத்தகைய போராட்டங்கள் குறிப்பிடத்தக்கவை. பின்னாளில் காங்கிரஸில் இருந்த பெருந்தலைவர்கள் பலரும் தலித்துகளைக் கோவிலுக்குள் அழைத்துச்செல்ல முயன்றனர். ‘அரிசன ஆலயப்பிரவேசம்’ பற்றிக் காந்தி எழுதியவை, அதனை எதிர்த்து அம்பேத்கர் எழுதியவை அனைத்தும் நாம் அறிந்தவை. இன்றும் கோவில் நுழைவு முழுமையாக நடந்துவிடவில்லை. சமீபத்தில் ‘விடுதலைச் சிறுத்தைகள் இயக்கம்’ நடத்திய போராட்டம் ஒன்று முக்கியமானது. சேலம் ஆத்தூருக்கு அருகே உள்ள வீரபயங்கரம் அய்யனார் கோவில் நுழைவு அது. அதுபோல் இன்னும் பல கோவில்கள் குறிப்பிட்ட சாதிகளின் கட்டுப்பாட்டில் இருக்கின்றன. அங்கெல்லாம் கோவிலின் வெளியேகூட நின்று கும்பிடப் பிற சாதியினருக்கு அனுமதியில்லை. ஒரு கிராமத்தில் நான்கைந்து சாதிகள் இருப்பின் நான்கைந்து மாரியம்மன் கோவில்கள் இருப்பதும் உண்டு.

ஆனால் பெருந்தெய்வக் கோவில்களில் எல்லாச் சாதியினரும் நுழைய இன்று தடையில்லை. பல நூற்றாண்டுப் போராட்டத்தின் விளைவாக இது சாத்தியமாகியிருக்கிறது. கோவில்களின் நிலங்கள், சொத்துகள் அனைத்தும் அபகரிக்கப்

பட்டபின், எல்லாச் சாதியினரும் உள்ளே வந்து கும்பிடுவதன் மூலம் இன்று கோவிலைச் சார்ந்திருப்போருக்கு வருமானம் தடையின்றிக் கிடைக்க வழியாகவும் இருக்கிறது. சமூகம் நவீனமயப்பட்டதுதான் இந்தக் கோவில் நுழைவு சாத்தியமாக முக்கியக்காரணம். கோவிலின் மூலம் தமது அதிகாரத்தைத் தக்க வைத்துக்கொண்ட பார்ப்பனர்கள் இன்றும் பிடியை விட்டுவிடவில்லை. வெகு நுட்பமாகப் பிடியை இறுக்கிக் கொண்டிருக்கிறார்கள். அதனால்தான் கோவில் நுழைவு சாத்தியமான பின்னும் கருவறை நுழைவு இன்னும் சாத்திய மாகவில்லை. பூஜை செய்யும் உரிமையை அவர்கள் தக்க வைத்துக்கொள்ளும்வரை இந்தக் கருவறை நுழைவு வாய்க்கும் என்று தோன்றவில்லை.

கருவறைக்கு வெளியே நின்று கடவுளைக் கும்பிடலாம். வேண்டுதல் வைக்கலாம். உள்ளே நுழைந்து அவரைத் தொட்டு வணங்கி அவர்காதில் நம் கோரிக்கைகளைச் சொல்ல அனுமதியில்லை. அவருக்குத் தினந்தோறும் சக்தியை உருவாக்கும் பூஜை புனஸ்காரங்களைச் செய்யக்கூடியவர்கள் தான் கருவறைக்குள் நுழைய முடியும். அவர்கள் மூலமாகவே நம் வேண்டுகோள்கள் அவருக்குச் சென்று சேரும். இந்த அநீதி தொடர்ந்துகொண்டிருக்கிறது. சில ஆண்டுகளுக்கு முன் 'மக்கள் கலை இலக்கியக் கழகத்தினர்' சிறீரங்கம் கோவில் கருவறை நுழைவுப் போராட்டம் நடத்தினர். தமிழ் நாடு முழுக்கச் சிறப்பாக விளம்பரப்படுத்தி அப்போராட்டத் தேதியை அறிவித்திருந்தனர். குறிப்பிட்ட நாளில் உள்ளே நுழைய முயன்ற கூட்டத்தைக் கைது செய்து விட்டனர். ஆனால் அவ்வியக்கத்தினர் விடவில்லை. அறிவிக்காமலே சிலர் உள்ளே நுழைந்துவிட்டனர். கருவறைக்குள் போய்விட்ட அவர்களையும் பின் கைது செய்தனர். அதன் பிறகு கோவில் நடையைச் சாத்திவிட்டுத் தீட்டுக் கழிக்கும் சடங்குகளை நடத்தினர். தீட்டுக் கழித்தல் என்பது தீர்த்தம், பால், நெய் முதலியவற்றைக் கடவுளுக்கு ஊற்றிக்கழுவுதல். பார்ப்பனர் அல்லாத சாதியினரின் கைபட்ட இடம், கால்பட்ட இடம் எல்லாம் இந்தக் குளிப்பாட்டலில் புனிதம் அடைந்துவிடுமாம்.

○

கோவிலைப்பற்றிப் பேச நேரும் தருணங்களில், மாணவர் களிடையே இந்தக் கோவில்நுழைவுப் போராட்டக் கதை களைச் சொல்வதுண்டு. வகுப்பறையில் மாணவர்கள் இத் தகைய விஷயங்களை மிகவும் ஆர்வமாகக் கேட்பார்கள். ஏனென்றால் இவை பாடங்கள் அல்லவே. இந்தக் கட்டு ரையைப் போலவே கடைசியாகக் கருவறை நுழைவில்

கொண்டுவந்து நிறுத்தி, 'பார்ப்பனர் அல்லாத யாரேனும் கருவறைக்குள் நுழைய முடியுமா?' என்ற கேள்வியோடு நிறுத்துவேன். வகுப்பறை முழுக்க அமைதி நிலவும். அந்த மௌனம்தான் நான் எதிர்பார்ப்பது. மௌனத்தை அப்படியே வகுப்பறைக்குள் நிறைத்துவிட்டு வெளியேறிவிடுவேன்.

ஒரே ஒருமுறை மட்டும் இந்த மௌனம் கலைபட்டிருக்கிறது. என் கேள்வியின் மௌனத்தை உடைத்துக்கொண்டு ஒரு குரல் அப்போது எழுந்தது. 'நான் கருவறைக்குள்ள ஒரே ஒருமுறை போயிருக்கிறன்' என்றது குரல். எனக்கு மட்டுமல்ல, வகுப்பிலிருந்த நாற்பதுக்கும் மேற்பட்ட மாணவர்கள் எல்லோருக்கும் அதிர்ச்சி. அந்த மாணவர் தமது கருவறை நுழைவுச் சம்பவத்தைச் சொன்னார்.

அம்மாணவரின் வீட்டுக்கு அருகே பெரிய ஈஸ்வரன் கோவில் ஒன்று உண்டு. அக்கோவிலில் எல்லா நாட்களிலுமோ எல்லா நேரங்களிலுமோ கூட்டம் இருக்காது. குறிப்பிட்ட சமயங்களில் மட்டும்தான் கூட்டம். ஆகவே அம்மாணவர் பல நேரங்களில் கோவிலுக்குச் சென்று ஏதோ ஒரு மூலையில் உட்கார்ந்து படிப்பதுண்டு, கோவில், பூங்கா, ரயில்நிலையம் ஆகிய இடங்கள் எல்லாம் எங்கள் மாணவர்களுக்குப் படிக்கும் இடங்களாகும். வீடு போதிய வசதியின்மையால் இத்தகைய இடங்களை நாடிச் செல்வது வழக்கம். அவ்வூரில் இருந்த, எப்போதேனும் ரயில் வந்து போகும் நிலையம், தேர்வுக் காலங்களில் மாணவர் கூட்டத்தால் நிரம்பி வழியும். இரவெல்லாம் அவர்களுக்காகவே ரயில் நிலைய அதிகாரிகள் நடை மேடை முழுக்க விளக்குகளைப் போட்டு வைத்து சேவை ஆற்றுவார்கள். அதுபோலக் கோவிலும்.

தினந்தோறும் கோவிலுக்குச் சென்று படிப்பவராதலால், அங்கே பூஜை செய்யும் அய்யர்களுக்கு அம்மாணவரை நன்கு தெரியும். சுண்டல், பொங்கல் போன்றவையும் அவருக்கு அவ்வப்போது கிடைக்கும். படிக்கும் மாணவர் என்பதால் அவர்மீது கோவில் அய்யர்களுக்குப் பிரியமுண்டு. ஒன்றிரண்டு குடம் தண்ணீர் கொண்டுவந்தும் தருவார். கோவிலோடு ஓரளவு ஐக்கியமாகி இருந்தார் மாணவர்.

அன்று பிற்பகல் நேரம். தேர்வுக்காக மும்முரமாகப் படித்துக் கொண்டிருந்தார். உச்சிப் பொழுதில் பூட்டப்படும் கருவறையும் மண்டபமும் அப்போதுதான் திறக்கப்பட்டன. திறந்து சில நிமிடங்களில் அய்யர் வெளியே வந்தார். கோவிலில் ஒருவருமில்லை. மக்கள் இன்னும் வரத் தொடங்கவில்லை. அய்யர் பதற்றத்தோடு வந்து மாணவரை அழைத்

தார். மாணவரும் என்னவோ ஏதோ என்று உள்ளே ஓடினார். அய்யர் கருவறைக்கு வெளியே நின்றுகொண்டு உள்ளே எதையோ கைநீட்டிக் காட்டினார். விரல் நீட்டலுக்கு நேராகக் கடவுளின் காலடியில் சின்ன எலியொன்று வாய் பிளந்து கிடந்தது. எலிக்கு நிச்சயம் மோட்சம் கிடைத்திருக்கும். காலடியில் விழுந்த பின் உயிர் போயிற்றோ உயிர் போன பின் காலடியில் விழுந்ததோ தெரியவில்லை. எப்படியிருந்தாலும் அந்த உயிருக்குக் கடவுள் மோட்சம் கொடுத்திருப்பார் என்று நம்பலாம். ஆனால் அதன் உடலுக்கு? உடம்போடு எலியாகிய உயிரைத் தம்மிடம் அழைத்துக் கொண்டிருப்பார் என்றால் பிரச்சினையில்லை. கடவுளோ உடம்புக்கு மோட்சம் வழங்கும் பணியை அய்யரிடம் விட்டுவிட்டார். சின்ன எலிதான் என்றாலும் அது பிணம். செத்து எத்தனை நாள் ஆயிற்றோ தெரியவில்லை. புழுக்கள் நெளியலாம்; குடலைப் பிடுங்கும் நாற்றம் வீசலாம். அசுத்தம், தீட்டு. கடவுளின் கருவறையில் அவரது காலடியில் கிடந்தாலும் அப்புறப்படுத்து வது தோட்டி வேலை அல்லவா? அய்யர் தோட்டியாக முடியுமா? கடவுளே சொன்னாலும் முறைமாற இயலுமா?

அந்த மாணவரைக் கருவறைக்குள் நுழைந்து எலிப் பிணத்தை அப்புறப்படுத்தச் சொன்னார் அய்யர். பையனுக்கு என்னைப்போல மனச்சிக்கல் எதுவும் கிடையாது. கருவறை நுழைவு பற்றிய விஷயம், பார்ப்பன ஆதிக்கம் பற்றியெல்லாம் எதுவும் தெரியாது. தன்னுடைய வீட்டில் ஓர் எலி கிடந்தால் எப்படித் தூக்கி வெளியே எறிவாரோ அப்படித்தான் சாதார ணமாக எடுத்துக்கொண்டார். சாதாரணமாகக் கருவறைக்குள் நுழைந்தார். காவல்துறை தடுக்கவில்லை. தடியடிப் பிரயோகம் இல்லை. அய்யர்களின் கூப்பாடு இல்லை. பையன் உள்ளே காலெடுத்து வைத்தபோது நம் திரைப்படங்களில் வரும் பேரிசைபோல எதுவும்கூட முழங்கவில்லை. அவர் கருவறைக் குள் நுழைந்தார். கடவுளை வெகு அருகில் கண்டார். அவரால் ஆசீர்வதிக்கப்பட்ட விரல்களால் தொட்டு எலியின் வாலைப் பிடித்துத் தூக்கிக்கொண்டு வந்தார். அவருக்கும் அய்யருக்கும் மட்டுமே தெரிந்த கருவறை நுழைவு. எலி கிடந்ததற்கோ பையன் நுழைந்ததற்கோ அய்யர் தீட்டெனக் கருதவில்லை. தீட்டுக் கழிக்கும் சடங்குகள் எதுவும் செய்யப் படவில்லை. ஏனென்றால் இதுவொன்றும் வெளியுலகம் அறிந்த நிகழ்ச்சி அல்ல. அய்யரின் அனுமதியோடுதான் நடந்தது.

இதைச் சாதாரணமான விஷயமாக என்னால் கருத முடியவில்லை. கருவறை வாசற்படி மீது காலெடுத்து வைக் கவும் எனக்கு உரிமை இல்லை என்று அவமதித்து ஒதுக்கும்

பெருமாள்முருகன்

தர்மத்தின் அநீதியைப் புரிந்துகொண்டிருப்பதால், அந்த மாணவரின் கருவறை நுழைவைக் கொண்டாட்ட மனநிலை யோடு எதிர்கொண்டேன். தோட்டிவேலை செய்தாலும் பரவாயில்லை. கடவுளின் காலடியில் தினமொரு எலி விழுந்து உயிர்விடவேண்டும் என்றுகூட எனக்கு அப்போது தோன்றியது.

'கவிதாசரண்', ஜூலை - செப்டம்பர் 2004

ஹரஹர மகாதேவா!
சம்போ மகாதேவா!

கடந்த ஆண்டின் மழைமாதம் ஒன்றில் கிடா வெட்டு அழைப்பு. கோவில் ஒரு காட்டுப் பகுதியில் இருந்தது. பொங்கல் வைக்க, கிடாக்கறி பந்தி பரிமாற என நீண்ட மண்டபங்களைக்கொண்ட கோவில். கடவுளுடைய பெயர் நான் எதிர்பாராதது. குமாரசாமி. ஆம். கையில் நீண்ட மின்னும் வேலுடன் முருகன் உருவம் ஜொலித்தது. முருகனுக்குப் பலிகொடுத்துப் பார்த்ததேயில்லை. ஆச்சர்யமாக இருந்தது. ஆனால் முருகனுக்குப் பூசையெல்லாம் செய்துமுடித்து கடைசியாகப் பரிவார தேவதை என்னும் அந்தஸ்துடன் ஒருபுறம் அமர்ந்திருந்த கருப்பண்ணசாமிக்குத்தான் கிடா வெட்டினார்கள். அதனாலென்ன, ஏதோ ஒரு காலத்தில் கிடாப்பலி ஏற்றுக் கொண்டிருந்த முருகன் இடையில் சைவமாகி விட்டிருக்கவேண்டும். ஆனாலும் பலியை விடமுடியுமா? கோயிலுக்குள்ளேயே, வேறோர் ஏற்பாடு. 'சிறுதினை மலரொடு விரைஇ மறி அறுத்து' எனத் திருமுருகாற்றுப்படை முருகனுக்கு மறி அறுத்துப் பலியிட்ட செய்தியைக் கூறுகிறது. பலிபெற்ற கடவுள் எப்படி சைவமாகியிருக்க முடியும்? முருகன் சிவனுடைய மகனான காலத்திற்குப் பிற்பாடு பதவி உயர்வு பெற்றுப் பெருங்கடவுளாகிவிட்டார்.

பல்லாண்டு காலம் உருவமற்று ஒரே ஒரு மொழுக்குக் கல்லை அடையாளமாக வைத்து முருகன் என்று சொல்லி வழிபட்டனர். மரத்தடி தெய்வம் அப்

போது. அடர்ந்த காட்டில் திருவிழா நாளில் மட்டும் வந்து சுத்தம் செய்து பந்தல் போட்டுக் கொண்டாடிவிட்டுப் போய் விடுவர் மக்கள். பண்டாரங்கள்தான் பூசை செய்வர். குல தெய்வமாக வழிபட்ட மக்கள் வசதியாகிச் சமூகத்தில் செல் வாக்கும் பெற்றபோது தங்கள் தெய்வத்திற்கு நல்ல இடவசதி செய்ய முற்பட்டிருப்பர். கோவில் என்னும் அமைப்பு வரும் போது ஏதோ ஒரு வகையில் பார்ப்பன நுழைவும் வந்து விடுகிறது. உருவத்தைப் பிரதிஷ்டை செய்யும்போது பண் டாரங்கள் ஒதுக்கப்பட்டுப் பார்ப்பனர்கள் கையில் கோவில் போய்விடுகிறது. குடமுழுக்கும் அவர்களால்தான் நடத்தப் பெறுகிறது. பிரதிஷ்டை, குடமுழுக்கு எல்லாம் முடிந்த பின் மீண்டும் பூசைக்குப் பண்டாரங்கள். அவர்கள் தங்கள் உரிமையை விடுவதில்லை. இப்படிப்பட்ட சமயத்தில் சமரச ஏற்பாடாக முருகனுக்குப் பலி இல்லை; பரிவார தேவதைக்குப் பலி உண்டு என்று உண்டாக்கப்பட்டிருக்க வேண்டும். மூலவர் சைவம். ஆனால் கோவில் அசைவம். இந்தச் சமரச ஏற்பாடு ஒரு படிப்பினை.

இன்னொரு சம்பவம். எங்கள் ஊரில் பெரிய மலைக் கோவில் இருக்கிறது. மேலே உயரத்தில் சிவனும் அவர் மகனும் வீற்றிருக்கிறார்கள். கீழிருந்து மேலேறும் வழியெங்கும் பலப்பல தெய்வங்கள். உயரத்தில் இருந்து விழுந்து மலை சடசடென பள்ளமாகி மீண்டும் ஏறும். அந்தப் பள்ளத்திற்கு நாகர் பள்ளம் என்று பெயர். ஐந்து தலைகள் கொண்ட ராட்சச நாக உருவம் மேலே தூவப்படும் குங்குமச் சிவப்பில் அச்சுறுத்தும். இந்த நாகருக்குப் பொங்கல் வைத்துப் பலியிட்டால் பாம்புகளால் வரும் தொல்லைகள் நீங்கிவிடும் என்பது மக்கள் நம்பிக்கை. பாம்பு என்ற ஜந்துவையே கண் ணில் காட்டாமல் பக்குவமாய்ப் பார்த்துக்கொள்ளும் சக்தி வாய்ந்தது இந்த நாகர். திருவிழா நாட்களிலும் வார நாட் களிலும் நாகருக்கு ஏராளமான கோழி சேவல்கள் பலியிடப் படும். தலையை அறுத்து ரத்தத்தை நாகரின் உடல் முழுவதும் படும்படி பிடித்துச் செல்வார்கள். மலைக்கோவில் தெய்வங் களுக்கு அய்யர்கள் பூசாரிகள். ஆனால் இந்த நாகருக்கு ஒரு பண்டாரக் குடும்பம்தான் பூசை செய்து கொண்டிருந்தது. திடுமென ஒருநாள், அனேகமாகக் கோவிலை அறநிலையத் துறை கைப்பற்றிய நாள் என்று நினைவு. இனிமேல் நாகருக்கு யாரும் பலியிடக்கூடாது என்று தடை விதிக்கப்பட்டுவிட்டது. இப்போதெல்லாம் நாகர் பள்ளத்தில் பொங்கல் இல்லை; கூட்டம் இல்லை; துடிக்கும் சேவல்கள் இல்லை. இது சட்டத் தின் மூலம் நீண்டகாலப் பழக்கமொன்றைச் சட்டென மாற்றி விட முடியும் என்பதற்கு உதாரணம். மூலவர் சைவம்;

கோவில் அசைவம் என்ற நிலையை மாற்றி மூலவர் சைவம்; கோவிலும் சைவம் என்றாக்கப்பட்ட இன்னொரு படிநிலை இது.

இன்று பலியிடலைத் தடை செய்யும் சட்டம் தீவிரமாக அமல்படுத்தப்படுகிறது. தினந்தோறும் 'காவுஞ்சோறு' சாப்பிட்டுக் கொண்டிருந்த கடவுள்கள் இன்று செய்வதறியாது விழிக்கின்றன. அங்கங்கே போலீஸ் காவல். அச்சுறுத்தல், கைதுகள். மக்கள் தாங்களாகவே சட்டத்தைக் கடைப்பிடிக்கத் தொடங்கிவிட்டார்கள். நீதிமன்றத்துக்குப் போனால் நீதிபதி 'உயிர்களைப் பலியிடுவதற்குப் பதிலாகப் பூசணிக்காய், தேங்காய் உடைத்து வழிபாடு செய்யலாமே' என்று ஆலோசனை கூறுகிறார். எங்கெங்கு உயிர்கள் வதைபட்டாலும் ஓடோடி வந்து உதவிக்கரம் நீட்டும் மேனகா காந்தி அம்மையார், பலியிடலைத் தடுக்கும் சட்டத்தை வரவேற்றுப் பாராட்டிக் கடிதம் எழுதுகிறார். உள்ளூர் ஜீவகாருண்ய மென்மனசுக்காரர்களும் 'உயிர்களைக் கொல்லாமல் இருப்பது நல்லதுதானே' என்கிறார்கள். வரும் தேர்தலை மனதில்கொண்டு திரியும் பாரதிய ஜனதாக்காரர்கள் 'ஒரேயடியாக இல்லாமல், படிப்படியாக அமல்படுத்தலாம்' என்று ஆலோசனை கூறுகிறார்கள். திராவிட இயக்கப் பகுத்தறிவாளர்களுக்கு ஒரே கலக்கம். பகுத்தறிவு, கடவுள் இல்லை என்கிறது; இல்லாத கடவுளுக்குப் பலியிட்டால் என்ன, இடாவிட்டால் என்ன? யோசித்தால் அம்மா பெரியாரை நெருங்கி வருவதாக அல்லவா தோன்றுகிறது! பொதுவுடைமைக் கட்சிகளும் காதுகளில் கேட்காத அளவு ஏதோ முணுமுணுத்து அடங்கிவிட்டன. 'கடவுள் நம்பிக்கை இல்லாதவர்களுக்குக் கோவிலைப்பற்றிப் பேச என்ன உரிமை இருக்கிறது?' சரிதான். தினத்தந்தி பாஷையில் 'தீக்கம்யூனிஸ்டு'களாகிய சிலர், பட்டப் பகலில் கிடாவெட்டித் துள்ளத் துடிக்கத் தோளில் போட்டுச் சுமந்து ஊர்வலம் வந்து மக்களைப் பயமுறுத்திவிட்டார்கள். இன்னொரு தீக்கம் யூனிஸ்டுக் குழுவைச் சேர்ந்த தோழர் ஒருவர் இந்தச் சட்டத் திற்கு மக்கள் தாங்களாகவே முன்வந்து தன்னிச்சையாக எதிர்ப்புத் தெரிவிக்கிறார்கள் என்று சந்தோசப்பட்டார்.

அவர் சொன்ன சம்பவம். இந்தச் சட்டம் அமுலான அறிவிப்பு வந்த பின் ஏதோ ஊர்க்கோவில் திருவிழாவில் நடந்த நிகழ்ச்சி அது. போலீஸ் படையே வந்து நிற்கிறது. கிடா வெட்டினால் கைது செய்வோம் என்று மிரட்டல். வெட்டினால்தானே? ஏராளமான கிடாய்கள் வந்துநிற்கின்றன. தலைக்குத் தண்ணீர் தெளித்தபின் உடலசைத்துச் சம்மதமும் தெரிவித்துவிட்டன அவை. வெட்டினால் கைது. மீண்டும் மிரட்டல். சரி. வெட்டினால்தானே? பூசாரி வெட்டரிவாளைக்

கையில் எடுத்துவிட்டார். ஓங்கியும் விட்டார். வெட்டினால் கைது. மிரட்டல். வெட்டினால்தானே? ஓங்கிய அரிவாளோடு அப்படியே நடக்கிறார் பூசாரி. அவருக்குப் பின்னால் கிடாய்கள் அணிவகுக்கின்றன. கொஞ்ச தூரத்தில் மைதானம் ஒன்று. அங்கே போய்ச் சேர்கிறார்கள். கடவுள் அங்கிங்கெனாதபடி எங்கும் இருப்பவனல்லவா? மைதானத்தில் கிடாவெட்டு நடக்கிறது. போலீஸ் ஒன்றும் செய்யமுடியாமல் கையைப் பிசைகிறது. ஆகா! என்னே மக்களின் தீர்ப்பு! சட்டத்திற்கு எதிர்ப்பு தெரிவிப்பதென்றால் அதை மீறுதல், கைதாதல் என்பவற்றைத்தான் பார்த்திருக்கிறோம். சட்டத்திற்குப் பணிதல் அல்லவா இச்சம்பவம்? இல்லை, சட்டத்தை ஏமாற்றுதல் இது எனக்கொண்டு இதுவும் எதிர்ப்புத்தான் என்று சொல்லிவிடலாம். மக்கள் மீது கம்யூனிஸ்டுகள் கொண்டிருக்கும் நம்பிக்கையை எப்போதும் அசைத்துவிட முடியாது. இந்தச் சமயத்தில் ஏனோ புதுமைப்பித்தன் எழுதிய வாசகங்கள் நினைவுக்கு வந்து தொலைக்கின்றன. அவர் எழுதுகிறார். "அபேதவாதத் தத்துவம் ஆபத்தானதல்ல; அசட்டுத்தனமானது. ஏனென்றால் அதற்கு மனிதவம்சத்தின்மீது அபார நம்பிக்கை இருக்கின்றது. நம்பிக்கை உள்ளவர்கள் ஏமாற்றமடைவது சகஜம்தானே." (புதுமைப்பித்தன் கட்டுரைகள், காலச்சுவடு பதிப்பகம், ப. 330.) நிற்க.

இந்தப் பலியிடல் தடுப்புச் சட்டம் பற்றிக் குழப்பம் நிலவுவது இயல்புதான். உயிர்கொல்லாமைபற்றித் தமிழ் மறையிலிருந்து ஏராளமான இலக்கியங்கள் பேசியிருக்கின்றன. சைவ உணவுப் பழக்கம் உடலுக்கு நல்லதென்று 'அறிஞர்கள்' தொடர்ந்து அறிவிக்கின்றனர். சைவ உணவுப் பழக்கத்தின் காரணமாகவே பார்ப்பனர்கள் அறிவாளிகளாக இருக்கின்றனர் என்று 'யோகா மையங்கள்' கருத்துரைக்கின்றன. இந்தச் சூழலில் பலியிடுதலை வரவேற்க என்ன நியாயம் இருக்கிறது? தடுப்புச் சட்டம் நல்லதுதானே என்றுதான் தோன்றும். தங்கள் கடவுள்களுக்குப் பலியிட்டால்தான் சக்தி வரும் என்று நம்பும் மக்களின் முணுமுணுப்புத் தவிர, வேறு என்ன காரணம் இருக்கிறது இச்சட்டத்தை எதிர்க்க?

ஒரு பிரச்சினையை ஒரே ஒரு கோணத்தில் மட்டும் பார்க்கப் பழகிப்போன சமூகம் நமது. படித்த அறிவுவர்க்கத்திடம் பேசிப் பார்த்தால் 'உயிரை ஏன் கொல்வானேன்?' என்னும் கருணை மிக்க பதில்கள்தான் கிடைக்கின்றன. 'கொல்லாமை' என்னும் ஒற்றைப் பார்வையில் பலியிடுதலை எதிர்த்துவிட முடியுமா? இதில் பல்வேறு பிரச்சினைகள் இருக்கின்றன.

முதலாவது, இது ஒரு படிநிலை. கடவுள் சைவம்; கோவில் அசைவம் என்றிருந்த சமரச ஏற்பாடு ஒரு படிநிலை. பின் கோவிலையும் சைவமாக மாற்றியது இன்னொரு படி நிலை. அத்தகைய கோவில்களை முன்மாதிரியாக்கி எல்லாக் கடவுள்களையும் ஒரே குடையின்கீழ் கொண்டுவந்து அடக்கி விடும் அடுத்த படிநிலைதான் இந்தச் சட்ட அமுலாக்கம். சிறுதெய்வங்களைப் (இந்தச் சொல்லே தவறானது; யாருக்குச் சிறுதெய்வம்?) பெருந்தெய்வங்களாக இணைப்பதற்கு முதன் மையான தடை இந்தப் பலியிடும் விஷயம்தான். பலிபெறு தலையே தமக்கான தனித்த அடையாளமாகக் கொண்டிருக் கும் தெய்வங்கள் இவை. 'இந்து' என்னும் மத அடையாளத் திற்குள் கொண்டு திணிக்க முடியாமல் தடுப்பணையாகப் பயன்படுவது பலியிடும் அம்சம்தான். 'இந்து' என்னும் பெருமத வாய்க்குள் போய்விடாமல் எங்களுக்கென்று தனிக் கலாச்சாரம் இருக்கிறது; வழிபாட்டு நம்பிக்கைகள், சடங்குகள் இருக்கின்றன எனக் கூறிப் பிரிந்து நிற்பதற்கு இந்தப் பலியிடலே ஆதாரம். நம் சிறு பத்திரிகை எழுத்தாளர்கள் சிலர் மாடன், முனியப்பன் கோவில்களில் புத்தக வெளி யீட்டை வைத்துக் கெடாவெட்டிக் கறிச்சோறு போட்ட நிகழ்வுகளும் இங்கே கவனத்திற்குரியன. பழங்குடிப் பண்பு களின் தொடர்ச்சியாக, ஆதிமனிதனோடு நம்மை இணைக்கும் கண்ணியாக இருப்பவை இத்தகைய கூறுகளே.

பலியிடுதல் மட்டும் இல்லையென்றால் பல கடவுள்கள் வழிபாடே இன்றிப் பூண்டற்றுப் போய்விடும் வாய்ப்பிருக் கிறது. எங்கோ மரத்தடியில் காட்டுக்குள் புதர்ச் செடிகளுக்குள் மறையுண்டு கிடக்கும் தெய்வங்கள் ஆண்டுக்கு ஒரே ஒருநாள் மட்டுமே வெளிப்படுவதுண்டு. அன்றைக்கு மட்டும் சுத்தமாகி, புதுப்பந்தல் போடப்பட்டுப் பொலிவு பெற்றுத் திருவிழாக் காணும். காலச்சுழலால் எங்கெங்கோ இரைந்து கிடக்கும் சொந்தபந்தங்கள் அன்றைக்கு ஒருங்கே கூடிப் பூசை செய்து பலியிடுவர். அங்கேயே சமைத்து உண்டு மகிழ்வர். பலியிடுதல் என்பது மட்டும் இல்லையென்றால், இந்தத் தெய்வங்களுக்கு வாழ்வில்லை. வெறும் வெண்பொங்கல் வைத்துப் பகிர்ந் துண்ண ஒன்றுகூட வேண்டிய அவசியமில்லை. அதற்கு ஆண்டுக்கு ஒருநாள் தேவையுமில்லை. எந்த நாளில் வேண்டு மென்றாலும் பூசை செய்யவும் பொங்கலிடவும் தோதாக ஏராளமான கோவில்கள் இருக்கின்றன.

இத்தகைய சிறுதெய்வக் கோவில்களில் காரசாரமான சாப்பாடு மட்டும் நடப்பதில்லை. வந்து கூடும் உற்றார் உறவினர்களுக்கு இடையே உள்ள சிறுசிறு பிணக்குகள் தீர் வதற்கான சமாதான நடவடிக்கைகள், பெரும் பிரச்சினைகள்

பெருமாள்முருகன் ◆ 127 ◆

தீர்க்கப்படும் பஞ்சாயத்துகள், திருமணப் பேச்சு முடிவுகள் எனப் பலவித நடவடிக்கைகள் இங்கு நிறைவேறுகின்றன. முக்கியமாக, மக்கள் சமூகமாக ஒன்றிணையும் வாய்ப்பு இங்கே கிடைக்கின்றது. பலியிடுதல் இல்லையெனில் திருவிழா இல்லை. திருவிழா இல்லையெனில் சமூக ஒருங்கிணைப்பு இல்லை.

இந்தக் கோவில்களில் மட்டும்தான் 'நாகரிக' சமுதாயம் விதித்திருக்கும் ஏராளமான கட்டுப்பாடுகள் தளர்ந்து மனித மனம் விடுதலை உணர்ச்சியை அனுபவிக்கிறது. கட்டுத் தளர்ந்து உடல் மேற்கொள்ளும் ஆட்டபாட்டங்கள், கள் சாராயம் முதலிய நாட்டுப் பானங்களின் அரங்கேற்றம் எனத் தொடங்கி விருப்பமுள்ள உடல்கள் புணர்ந்து கொள் ளும் சுதந்திரம்வரை பலவும் உண்டு. மனிதன் நாகரிகம் என்னும் பெயரால் இழந்துவிட்ட எத்தனையோ மனமகிழ்ச்சி களை மீட்டுக்கொள்ளும் வழியமைத்துத் தருவது இந்தப் பலியிடல்தான்.

சிறுதெய்வங்கள் மக்களுக்கு நெருக்கமானவை. அவற்றை உரிமையோடு அணுகவும் கேள்விகள் கேட்கவும் கிண்டல் செய்யவும் அனுமதி உண்டு. தொட்டுத் துடைக்க, பூசை செய்ய இடைத்தரகர் யாரும் வேண்டியதில்லை. கடவுளோடு நேரடியாகவே பேசலாம். 'எனக்கு மரத்தடியே போதும்' என்று அடம் பிடிக்கும் கடவுள்கள் இவை. 'என் மக்கள் குடிசையில் வாழும்போது எனக்கு மட்டும் எதற்குக் கட்டடம்?' என்று கேட்பவை இவை. இவற்றிற்குப் பலி யிடலை நிறுத்திவிட்டால் என்ன இருக்கிறது? இந்தக் கடவுள் களின் வாழ்வையே அஸ்தமனமாக்கும் முயற்சிதான் இந்தத் தடைச்சட்டம்.

பலியிடல் தடைச்சட்டம் அமுல் என்றவுடனேயே ஆர்.எஸ்.எஸ். சிறுதெய்வக் கோவில் பூசாரிகளைக் கூட்டி ஆகம முறைப்படி பூசை செய்வதற்குப் பயிற்சி வகுப்புகளை நடத்த ஆரம்பித்துவிட்டது. இதற்கு முன்பே சில ஆண்டு களாக இத்தகைய பயிற்சி வகுப்புகள் நடைபெற்று வந்த போதும் இப்போது கூடுதல் முக்கியத்துவம் பெறுகிறது. கோவில் வந்தவுடனேயே கருவறை உண்டாகிவிட்டது. கடவுளுக்கும் மக்களுக்கும் இடையே தடுப்பு அது. இனிப் பூசாரிகள் பார்ப்பனச் சடங்குகளோடு பூசை செய்வார்கள். குடமுழுக்கு போன்ற பெரும் விசேஷங்களுக்கு மட்டும் என்றிருந்த பார்ப்பனர்கள் பூசைக்கும் உள்ளே நுழைவதுதான் அடுத்தக் கட்டமாக இருக்கக்கூடும்.

சிறுதெய்வக் கொண்டாட்டங்களைக் குறைக்கும் இத் தகைய முயற்சியின் இன்னொரு பக்கத்தில் விநாயக சதுர்த்தி போன்ற சம்பந்தமற்றவற்றை உள்ளே நுழைத்து கிராமங்கள் வரை பரப்புதல், பிரதோசம், கிரிவலம் எனப் புதுப்புது முறைகளை உருவாக்கி மக்களைப் பெருந்தெய்வக் கோயில் களை நோக்கி ஈர்த்தல் என்பனவும் நடந்துகொண்டிருக் கின்றன. ஒன்றைத் தடுக்கும்போது அதற்கு மாற்றுகளையும் ஏற்கனவே உருவாக்கி வைத்திருக்கும் தந்திரமான சூழலையும் புரிந்துகொள்ளவேண்டும்.

சுதேசி பேசிக் கொண்டிருக்கும் இந்துத்துவ அமைப்புகள் உண்மையில் உலகமயமாதல் கோட்பாட்டுக்குத் துணை செய்யும் வேலையைத் தொடர்ந்து செய்கின்றன. பல்வேறு பட்ட கலாச்சாரங்களை அழித்து ஏகத்துவமான பண் பாட்டை 'இந்து' என்னும் போர்வையில் இவை உருவாக்கு கின்றன. இதில் உயர்சாதி நலன் மட்டுமல்ல, ஒருலகக் கோட் பாடு பேசும் பன்னாட்டு முதலாளிகளின் நலனும் அடங்கி யிருக்கிறது.

நம்முடைய எல்லாப் பண்டிகைகளும் 'கறிநாளி'லேயே முடிவடைகின்றன. பெருந்தெய்வக் கோவில்களின் திருவிழாக் களின் முடிவிலும் 'கறிநாள்' வருகின்றது. தமிழ்த் திருநாளாகிய பொங்கலின்போதுகூட மாட்டுப் பொங்கல் முடிந்து அடுத்த நாள் கறிநாள். பலியிடுதல் நீக்கமற நிறைந்திருந்ததையே இவை காட்டுகின்றன. ஆடுகளும் கோழிகளும் உணவுக் காகவே வளர்க்கப்படுகின்றன. பயனில்லாத மாடுகளும் உணவாகின்றன. பலியிடுல் என்பதில் வேட்டைச் சமூகத்தின் கூட்டுணவுப் பழக்க முறையும் இருப்பதாகப் படுகிறது. பலி யிடல் பெருவாரியான மக்களின் உணவுப் பழக்கத்தோடும் தொடர்புடைய விஷயம். சட்டம், உணவுப் பழக்கத்திலும் கைவைக்க முயல்கின்றது.

அரசாங்கத்தின் மதுவிலக்குக் கொள்கை நமக்குத் தெரியும். உள்நாட்டு பானமாகிய கள்ளுக் கடைகளைத் தடை செய்துவிட்டு அயல் பானங்களுக்கு வரவேற்புக் கொடுக்கும் பிராந்திக் கடைகளைத் திறந்துவிடுதல். (அதுவும் இப்போது பிராந்திக் கடைகளை அரசே ஏற்று நடத்துதல்.) கிட்டத்தட்ட இதே கொள்கைதான் பலியிடல் தொடர் பாகவும் என்று தோன்றுகிறது. உள்ளூர் தெய்வங்களால் மக்களுக்குக் கிடைக்கும் பலவித நன்மைகளை எல்லாம் ஒழித்துவிட்டுப் பெருங்கோவில் நோக்கிச் செல்ல நம்மை தயார்ப்படுத்துகிறது இந்தச் சட்டம். உடலுக்கு நன்மை தரும் கள்ளை மறந்துவிட்டுப் பிராந்திக்கு மக்கள் மாறியது

போலவே மாடன்களையும் முனியப்பன், காளிகளையும் மறந்துவிட்டு ஈஸ்வர, பெருமாள் கோவில்களை நோக்கிச் செல்வோமாக! ஹரஹர மகாதேவா! சம்போ மகாதேவா! சரணம் ஐயப்பா.

'கவிதாசரண்', நவ. - டிச. 2003

◇ ◇

உள்ளது கொண்டு உண்ணுதல்

ஆடம்பரங்களுக்கு எல்லா இடத்திலும் சட்டெனக் கவனம் கிடைத்துவிடுகிறது. அவற்றின் மேலோட்டமான ஈர்ப்பு காரணமாகவும் அவற்றால் அடையப்போகும் உலகியல் பயன்களைக் குறிவைத்தும் அவற்றைப் பிரபலப்படுத்த ஏராளமான சக்திகள் முன்வருகின்றன. பிரபலத்தை அடிப்படையாகக்கொண்டு எல்லாவற்றின் வகைமாதிரிப் பிரதிநிதியாகவும் அவை தம்மை அடையாளப்படுத்திக்கொள்கின்றன. ஆடம்பரங்களின் உள்ளீடற்ற தோற்றக் கவர்ச்சியின் பின்னால் புதையுண்டு போனவை அனேகம். கூருணர்வு கொண்ட சமூகம் மட்டுமே எளியவற்றைப் பதிவுசெய்யவும் பாதுகாக்கவும் கவனம் செலுத்துகிறது.

நம் சமூகம் எளியவற்றைக் கணக்கிலெடுத்துக் கொள்ளும் அக்கறை கொண்டதல்ல. இது ஆடம்பரங்களுக்குப் பட்டுக் கம்பளம் விரித்து எளியவற்றைப் புறந்தள்ளுவது. உணவு வரலாறு பற்றிய பதிவுகளிலும் இத்தன்மையைக் காணமுடியும். முழுத் தலைவாழை இலையை விரித்து விதவிதமான பதார்த்தங்களை நிறைத்து உண்ணும் ஆடம்பர உணவுகள் பற்றிப் பல விதப் பதிவுகள் உள்ளன. தமிழகம் வட்டாரத்திற்கேற்ப வேறுபடும் உணவு வகைகளைக் கொண்டது. பெரும்பாலான பகுதி மக்களின் உணவுகள் பற்றிய பதிவுகள் எதுவுமில்லை. நாட்டுப்புறப் பாடல்களைக் கொத்துக் கொத்தாகப் பொதிந்து வைத்திருக்கும் நாட்டுப்புறவியல் ஆய்வுகளும்கூட வட்டார உணவு வகைகளைப் பதிவு செய்யும் நோக்கம் கொண்டிருக்கவில்லை.

மக்களின் உணவு, அவர்கள் வாழும் நில அமைப்பைச் சார்ந்து அமைவது. நீர்வளம் நிறைந்திருக்கும் நிலப்பகுதியில் வாழ்வோரின் உணவுமுறைக்கும் நீர்வளமற்ற பகுதியினரின் உணவு முறைக்கும் பெருத்த வேறுபாடுகள் உள்ளன. பொருளாதார ரீதியாகப் பலம்பெற்ற மக்களின் உணவுமுறைக்கும் நலிந்த பிரிவினரின் உணவுமுறைக்கும் தொடர்புகள் இருப்பதில்லை. தமிழகம், நில அமைப்பில் பல வேறுபாடுகளைக் கொண்டிருப்பதாலும் பொருளாதார ஏற்றத்தாழ்வுகள் மிகுந்த பகுதிகளைப் பெற்றிருப்பதாலும் உணவுமுறைகளில் வட்டார வேறுபாடுகளைக் கொண்டிருக்கிறது.

அவ்வகையில் தனித்தன்மை கொண்ட உணவுமுறையைப் பெற்றிருக்கும் கொங்கு வட்டாரத்தின் எளிய உணவுகள் பற்றிய பதிவுகள் இதுவரை நிகழவில்லை. இன்று தமிழகம் முழுவதற்குமாக உருவாகிவிட்டிருக்கும் பொது உணவுப் பழக்கத்திற்கு மாறிக்கொண்டிருக்கும் கொங்கு வட்டார மக்களும், தம் உணவுமுறைபற்றிய தாழ்வுணர்ச்சியினால் அவற்றைப் புறக்கணித்து வருகின்றனர். எனினும் வேளாண்மை இன்னும் நிலைகொண்டிருக்கும் பகுதிகளிலும் முதியவர்களின் நினைவுகளிலும் கொங்கு உணவுமுறைகள் வாழ்ந்துகொண்டிருக்கின்றன.

இப்பகுதி மக்களின் உணவுமுறைகளை 'எளியவை' என்று குறிப்பிடுவதற்குக் காரணங்களுண்டு. மேட்டுக் காடுகள் எனப்படும் மானாவாரி நிலங்களையே பெருவாரியாகக் கொண்டிருக்கும் கொங்குப் பகுதியின் உணவுமுறை புஞ்சைத் தானியங்களை அடிப்படையாகக்கொண்டது. 1980களுக்குமுன் நெல்லஞ்சோறு என்பது இம்மக்களுக்குப் பலகாரம் போன்றது. இப்பகுதியின் எளிய உணவுமுறையை 'உள்ளது கொண்டு உண்ணுதல்' என்று சொல்லலாம். நிலவுடைமை கொண்ட சாதிகளும் அவற்றைச் சார்ந்து வாழும் சாதிகளும் பெரும்பான்மை உணவுமுறைகளை ஒரேமாதிரியாகக் கொண்டுள்ளன. இப்பகுதி நிலங்களில் விளையும் பொருள்களைக் கொண்டே இவர்கள் தம் உணவைச் சமைத்துக்கொள்கின்றனர்.

சமைப்பதைப் பெரும்பாலும் தனி வேலையாக எடுத்துச் செய்வதில்லை. வீட்டில் உள்ள ஆடுமாடுகளைக் கவனித்துக் கொண்டோ அருகிலுள்ள நிலங்களில் வேலை செய்து கொண்டோ சமையலையும் செய்துவிடுவார்கள். மானாவாரி நிலத்தில் இடைவிடாமல் எப்போதும் பாடுபட்டால்தான் ஏதாவது விளையும். அத்தோடு கால்நடைகளையும் வளர்த்தாக வேண்டும். எனவே சமையலுக்கென்று தனி நேரம் ஒதுக்குவதில்லை.

சமையலைக் குறிக்கச் 'சோறாக்குதல்' என்னும் சொல்லை இவர்கள் பயன்படுத்துகின்றனர். இவர்களின் சமையல் சோறாக்குவதையே மையமாகக் கொண்டிருக்கிறது. மாலை வேளையில் சமைப்பர். இரவுக்கு மட்டும்தான் சுடுசோறு. இரவுச்சோறுதான் மறுநாள் காலைக்கும் நண்பகலுக்கும். இரவு வைத்த குழம்பு மீதம் இருந்தால் காலையில் பயன் படுத்துவர். இல்லையெனில் காலை, நண்பகல் இருவேளையும் 'கரச்சோறு' எனப்படும் நீரையும் சோற்றையும் சேர்த்துக் கரைத்த உணவுதான். ஆகவே சமையல், 'சோறாக்குதல்' எனப் பொருத்தத்துடன் குறிப்பிடப்படுகின்றது.

சோறாக்கும் முறையும் பிறபகுதிகளிலிருந்து வேறானது. சில ஆண்டுகளுக்குமுன் நண்பர் ஒருவர், கவிஞர் பிரமிளைச் சந்தித்த அனுபவம் பற்றிச் சொல்லிக்கொண்டிருந்தார். சென்னையில் பிரமிள் தங்கியிருந்த அறையில் அவரைச் சந்தித்தார். நண்பர், ஆச்சரியப்பட்டுச் சொன்ன விஷயம், 'பிரமிள், கஞ்சியே வடிக்காமல் சோறாக்குகிறார்' என்பதுதான். எனக்கு அதுவொன்றும் ஆச்சரியமாக இல்லை. பிரமிள், கொங்குப் பகுதியில் பல நாள்களைக் கழித்தவர். இந்தப் பகுதியிலிருந்துதான் கஞ்சி வடிக்காமல் சோறாக்கும் முறையை அவர் அறிந்திருந்தார். குக்கர் சமையல் வருவதற்கு முன்னர், பலகாலமாக வடிக்காமல் சோறாக்குதலைக் கைக்கொண் டிருப்பவர்கள் கொங்குப் பகுதி மக்கள். அது பெரிய கம்ப சூத்திரமல்ல.

போடும் அரிசியின் அளவில் மூன்று பங்குத் தண்ணீர் ஊற்ற வேண்டும். அரிசி புதிதாக இருந்தால் நீரைக் கொஞ்சம் குறைக்கலாம். இல்லாவிட்டால் குழைந்து போகும். பழைய அரிசி என்றால் இன்னும் அரை டம்ளர் சேர்த்து ஊற்றலாம். அரிசி வெந்து சோறாகும்வரை தீயை நன்றாக எரியவிடலாம். நீர் குறைந்து சோற்றில் துளைகள் தென்பட்டுக் குமிழிகள் தோன்ற ஆரம்பித்ததும் தீயை முழுவதுமாகக் குறைத்துவிட வேண்டும். அடுப்பில் உள்ள தணலின் (கங்குகள்) வெப்பம் போதும். அதிலேயே நீர் சுண்டிவிடும். அரிசியை அரித்து அடுப்பில் வைத்துத் தட்டத்தால் மூடிவிடுவார்கள். அதற்கு மேல் ஊதுகுழலை வைத்துவிட்டு வேறுவேலையைப் பார்க்கச் சென்றுவிடுவார்கள். எரியும் தீ தணிந்து தணலாகும்போது சோறு வெந்து நீர் சுண்டத் தொடங்கியிருக்கும். சோறு வேகும்போது தட்டம் கீழே விழாமல் இருக்கத்தான் ஊது குழல் கனம். சோறாவதை அருகிலிருந்து பார்த்துக் கொண் டிருக்க வேண்டியதில்லை. நீர் சுண்டுவதைச் 'சோறு பொடிதல்' என்பார்கள்.

அளவாக இல்லாமல் அதிகமாக நீர் வைத்துவிட்டால் தான் கஞ்சி வடிப்பார்கள். அதையும் கீழே ஊற்றுவதில்லை. உப்புப் போட்டு ஆற்றிக் குடிப்பார்கள். யாருக்கேனும் உடல் நிலை சரியில்லை என்றாலும் சோற்றில் கஞ்சி வடிப்பது வழக்கம். தேவைப்பட்டால் கஞ்சியில் ஒரு கரண்டி சோற்றைப் போட்டுக் கலந்து கொள்ளலாம். சுவையாக இருக்கும். அவசரமான சமயத்தில், சோற்றோடு பிசைந்து சாப்பிட எதுவும் இல்லையென்றால், 'கஞ்சியும் சோறு' ஆக்குவார்கள். பசைபோலக் கஞ்சி கெட்டிப்பட்டுச் சோற்றோடு சேர்ந்திருக்கும். அதன் ருசி மேலும் உண்ணத் தூண்டும். எனது பள்ளி, கல்லூரிக் காலங்களில் மதிய உணவாகப் போசியில் கஞ்சியும் சோறும்தான் பெரும்பாலான நாள்களில் இருக்கும்.

இன்னொரு அவசரகால உணவு 'அரிசீம் பருப்பும்' (அரிசியும் பருப்பும்) சோறு. நான் மாணவனாக இருந்த போதும் பணிக்கு வந்த தொடக்க ஆண்டுகளிலும் நண்பர்கள் பலருடன் சேர்ந்து வசிக்க நேர்ந்தது. அப்போது அவர்களிடையே நான் சமைக்கும் அரிசீம் பருப்பும் சோறு வெகுபிரபலம். மார்க்சிய – லெனினிய இயக்கம் ஒன்றின் வெகுஜன அமைப்புகளில் நான் செயல்பட்டபோது தோழர்களுக்கு விரைவில் செய்து தருவது இந்த அரிசீம் பருப்புச் சோறுதான். எண்ணி இருபதே நிமிடத்தில் இந்த உணவு தயார். தக்காளி, வெங்காயத்தோடு தாளித்து அளவாகத் தண்ணீர் வைத்து அரிசியையும் பருப்பையும்போட்டு வேகவிட்டால் சோறு தயார். ருசி ரொம்பத் தேவை என்றால் எண்ணெய் கொஞ்சம் அதிகம் சேர்க்கவேண்டும். ஒரு படி அரிசிக்கு அரைக்கால் படிப் பருப்புப் போதும். துவரை, அவரை (மொச்சை), தட்டை (காரா மணி) ஆகிய பருப்பு வகைகளுள் ஒன்றுதான் இதற்குப் பயன்படும். மஞ்சள் சேர்க்கவேண்டும். குழம்போ பொரியலோ தேவையேயில்லை. கலவைச்சோறு (*variety rice*) போலத் தனியாகச் சாப்பிடலாம். உண்ணும்போது நெய்விட்டுக்கொண்டால் ருசி கூடும். ஆறிய சோற்றில் தயிர் சேர்த்துக்கொள்ளலாம். அரிசீம் பருப்புச் சோறு ஆக்கும்போது அடிப்பகுதி லேசாகத் தீய்ந்து பாத்திரத்தில் அடிபிடித்துக் கொண்டால் நல்லது. அந்தத் 'தீவல்' வெகுசுவையாக இருக்கும். வீட்டில் சிறுவர்கள் இருந்தால் தீவலுக்கு அடிதடி நடக்கும். திருமணப் பேச்சு முடிவானவுடன் சம்பந்தி வீட்டில் கைநனைத்து முதலில் சாப்பிடுவது 'அரிசீம் பருப்பு' சோறு தான்.

குழம்பு, ரசம், பொரியல், கூட்டு, தயிர் என்றெல்லாம் சோற்றோடு பலவற்றைச் சேர்த்துச் சாப்பிடும் பழக்கம் கொங்குப் பகுதியினருக்குக் கிடையாது. சோறு இருந்தால்

போதுமானது. அதைச் சுவையானதாக மாற்றச் சில எளிய வழிகள் உண்டு. கஞ்சியும் சோறு, அரிசியும் பருப்பும் போல. வெறும் சோற்றைப் போசியில் போட்டு அதில் கொஞ்சம் பாலை ஊற்றிப் பிள்ளைகளுக்குக் கொடுத்தனுப்பிவிடுவார்கள். அதில் லேசாக உறைமோர் கலந்திருக்கும். பிள்ளைகள் பள்ளிக்கூடத்தில் பகல் உணவு உண்ணத் திறந்தால் பால் தயிராகித் தயிர்ச்சோறு உருவாகியிருக்கும். பால்வாடையும் தயிர் மணமும் கலந்த அந்தச் சோற்றின் சுவை அருகிலிருப்போரையும் கையேந்தத் தூண்டும்.

சோற்றோடு பிசைந்துண்ண குழம்போ ரசமோ பொரியலோ ஏதாவது ஒன்று போதும். குழம்பிருந்தால் அதில்தான் முழுச் சாப்பாடும். ரசம் வைத்தால் (ரசத்திற்கு 'மொளசாறு' என்று பெயர்; அதிலும் பலவகை உண்டு) அது மட்டும்தான். பொரியல் இருந்துவிட்டால் குழம்போ ரசமோ தேவையில்லை. பொரியலில் சோற்றைப் பிசைந்து தின்றுவிடலாம். குழம்பிலும் அவசரக் குழம்புகள் பல உண்டு. அவையெல்லாம் வேகவைத்துக் கடைதல் வகையிலானவை. மற்ற பகுதிகளில் பயன்பாட்டில் இல்லாத காய்களைக் கூட இங்கே அருமையான குழம்பாக்குவார்கள். பீர்க்கங்காயில் இரண்டு வகையுண்டு. மேலே நார்போல விளிம்பு கொண்டிருக்கும் தோலுடைய பீர்க்கங்காய் தான் தமிழகம் முழுவதும் கடைகளில் கிடைக்கக்கூடியது. இதனை இங்கே நல்ல பீர்க்கு என்பார்கள். இன்னொன்று நுரைப்பீர்க்கு. இதற்குத்தான் பேய்ப் பீர்க்கு என்றும் பெயர். பருவத்தில் வேலிகள், வீட்டுக் கூரைகள் எனப் பலவிடங்களில் அளவுக்கதிகமாகக் காய்த்துக்கிடக்கும். முற்றிய காயின் உள்கூட்டினை முதுகு தேய்க்கச் சிலர் பயன்படுத்துவர். நுரைப் பீர்க்கை வெங்காயம் மிளகாயுடன் வேக வைத்துத் துளியாகப் புளி போட்டுக் கடைந்து தாளித்தால், நெய்போல மணமுடைய குழம்பு கிடைக்கும். நல்ல பீர்க்கங்காயும் கடைவதற்கு உகந்ததுதான்.

கடையும் குழம்புகளுக்குக் காட்டுக்கீரைகள் உதவும். நிலத்தில் வேலை செய்யும்போதே இந்தக் கீரைகளைப் பறித்துக் கொள்வார்கள். களைவெட்டு நடக்கும்போது கூட்டிய மடிச்சேலையில் கீரை சேர்ந்துகொண்டேயிருக்கும். குமிட்டி என்றொரு கீரை உள்ளது. (கீரைகளை இங்கே நக்கரி அல்லது ரக்கிரி என்பார்கள்) வாடாமல்லிச் செடி போலத் தோன்றும். அது குவியலாக ஒரே இடத்தில் வளராது. தப்பிப் பிறந்த பிள்ளைபோல எங்காவது ஒன்று தென்படும். காலையில் களைவெட்டு தொடங்கும்போதிருந்து சேகரித்தால் முடிக்கும் போது ஒரு குழம்புக்கு ஆகும் அளவு சேர்ந்துவிடும். தொய்ய நக்கரி, பண்ணை நக்கரி ஆகியவை அதிகமாகக் கிடைக்கும்.

கீரைக் குழம்புகள் வைப்பது மிக எளிது. கீரையை நீரில் கழுவி (அரிய வேண்டியதில்லை) வெங்காயம், மிளகாய் போட்டு வேகவிடவேண்டும். வெந்ததும் கடைந்து தாளிக்க லாம். அவ்வளவுதான். மணமுள்ள குழம்பு. கடைதலால் ஆக்கும் குழம்புக்கு அதிக நேரம் எடுக்காது / சுவையாகவும் இருக்கும்.

பொரியல் செய்ய மட்டுமே ஆகும் காய்களும் நிறைய உண்டு. கொத்தவரை, அவரை, புடலங்காய் உள்ளிட்ட காய்களும் மிளகுத் தக்காளி (மணத்தக்காளி), முருங்கை முதலிய கீரைகளும் அவ்வகையிலானவை. இவற்றைப் பொரி யலாக்க அரிவதற்குத்தான் கொஞ்சம் நேரம் எடுக்கும். வெங் காயம் மிளகாயோடு போட்டு வதக்கி வேகவிட்டால் பொரி யல். தேங்காய் இருந்து தூவினால் ருசி மிகும். ஆனால் கொங்குச் சமையலில் தேங்காயின் பயன்பாடு அவ்வளவாக இல்லை. தேங்காய் இந்தப் பகுதிக்கு அரிதான பொருள். துவையல் அரைக்கும்போது பொட்டுக்கடலையை அதிக மாகப் போட்டுக் கொஞ்சமாகத் தேங்காயைச் சேர்ப்பார்கள். திருநெல்வேலிப் பகுதியில் பொட்டுக்கடலையே போடாமல் முழுக்கத் தேங்காயால் துவையல் (சட்னி) அரைப்பதைப் பார்த்து நான் ஆச்சரியப்பட்டிருக்கிறேன். கறிக்குழம்புக்குக் கூடத் தேங்காய் அரைத்து ஊற்றும் பழக்கம் இங்கில்லை. கறி குறைவாக இருந்து, வீட்டில் உள்ளவர்களுக்குப் போதாது எனத் தோன்றினால் தேங்காயைச் சிறுசிறு துண்டுகளாக நறுக்கிக் கறியோடுபோட்டு வேகவைப்பார்கள். கரண்டியால் எடுக்கும்போது கறித் துண்டுகளோடு தேங்காய்த் துண்டுகளும் சேர்ந்துவரும். கறி எல்லோருக்கும் கிடைப்பதற்காகக் கையா ளும் உத்தி இது.

நான் கல்லூரிக்குப்போய் விடுதியில் சேர்ந்திருக்கையில் அங்கே உண்ணப் பழகுவதற்கு வெகுநாளாயிற்று. குழம்பு, ரசம், பொரியல், கூட்டு, மோர், அப்பளம், ஊறுகாய் ஆகியவை கொண்டு முழுச் சாப்பாடு என்னும் இந்தப் பொது உணவு எனக்கு மிக அந்நியமாக இருந்தது. இயல்பாக மற்றவர் களோடு சேர்ந்து உண்ண முடியவில்லை. பிறர் சாப்பிடும் முறையைப் பார்த்துப் பார்த்துத் தெரிந்துகொள்ளவேண்டி யிருந்தது. அதனால் மிகுந்த தாழ்வுணர்ச்சிக்கும் ஆளானேன். குழம்பில் கொஞ்சம், ரசத்தில் கொஞ்சம், மோரில் கொஞ்சம் என வரிசையாகச் சாப்பிடப் பழகிய பின்னும் பொரியலும் கூட்டும் பழகவில்லை. குழம்புக்கு மாற்றாக அவற்றைக் கருதி யிருந்தது என் உணவுப் பழக்கம். குழம்பும் ஊற்றிப் பொரிய லும் எதற்கு வைக்கிறார்கள் என்பதைப் புரிந்துகொள்ள முடியவில்லை. அதனால் பொரியலையும் கூட்டையும்

தொடாமலே வைத்துவிடுவேன். சேர்த்துச் சாப்பிடப் பழக ரொம்ப நாளாயிற்று. இப்போதும் அப்பளமும் ஊறுகாயும் எனக்கு வேண்டாத பொருள்கள்தான். பழைய சோற்றுக்கு ஊறுகாய் என்பது என் பழக்கம். சுடுசோற்றிற்கு எதற்கு? அப்பளத்தை எப்போது சாப்பிடுவது?

கொங்குப் பகுதி உணவுகள் மக்களின் தொழிலோடு இணைந்த இயல்பான உணவுகள். தயாரிப்புக்கான பொருள்களும் தயாரிப்புமுறையும் மிக எளியவை. அதிகக் கால அவகாசம் தேவையில்லை. கொங்குப் பகுதி ‘உள்ளது கொண்டு உண்ணுதல்’ என்னும் உணவுக் கோட்பாட்டை இயல்பாகப் பின்பற்றியுள்ளது. எளியவை என்பதால் வகைகள் இல்லை என்றாகாது. சோறு, குழம்பு, பலகாரங்கள், புலால் என அனைத்திலும் விதவிதமான வகைகள் உள்ளன. அவற்றை முழுவதுமாகத் தொகுத்தறிந்தால், வெறும் பதிவாக மட்டும் அமையாமல் நவீனகால வாழ்முறைக்கு ஏற்ற நடைமுறைப் பயன்பாடு கொண்ட உணவுமுறையாக அமையும். எளியவை, நேரம் குறைவு ஆகியவை நவீன நகர வாழ்க்கை மனிதர்களுக்குப் பெரும் பயனை நல்கும். ஆடம்பர உணவுக்குச் சரியான மாற்று உணவாகவும் இது அமையும்.

கண்டதையும் போட்டு நாக்குச் சுவை ஒன்றையே பிரதானமாகக்கொண்டு தயாரிக்கப்படும் உணவுகளைப் போலல்லாமல், கொங்குச் சமையல் உடல் நலத்திற்கும் நன்மை பயக்கும். ஆடம்பர உணவு, நிறையப் பதார்த்தங்கள், அளவுக்கதிகமாக உண்ணுதல் ஆகிய நலக்கேடு தரும் உணவுமுறையைப் பற்றிய கொங்கு மக்கள் வழங்கும் பழமொழி இது: ‘விக்கவிக்கத் தின்னாலும் கெழக்க வெளுக்கப் பீதான்’.

‘காலச்சுவடு’ 69, செப்டம்பர் 2005

✧ ✧

ஆறு அறிமுகமான கதை

எங்கள் ஊரிலிருந்து பதினைந்து கிலோமீட்டர் தொலைவில் காவிரி ஆறு ஓடுகின்றது. ஆனால் எனக்கு ஆறு அறிமுகமானது சமீப ஆண்டுகளில்தான். கூட்டுக் குடிநீர்த் திட்டங்கள் மூலமாகக் (அதென்ன 'கூட்டு'? கொள்ளைக்குக் கூட்டோ) காவிரித் தண்ணீர் எங்கள் வீட்டுக் குழாயில் வந்து கொட்டுகிறது. குழாய் மூலமாகவே ஆற்றின் சுவை அறிமுகம். அனேகமாகப் பத்து ஆண்டுகள் இருக்கும், இந்தத் தண்ணீர் திட்டங்கள் போடப்பட்டு. இத்திட்டங்கள் மூலமாக ஏராளமான கிராமங்களும் சில நகரங்களும் பயன்பெறுகின்றன. குடிநீர்க் குழாய் இணைப்புப் பெறுவதற்குச் சில ஆயிரங்கள் செலவு; மாதாமாதம் தண்ணீர் வரி. இருந்தாலும் வாரம் ஒருமுறை தான் நீரை எதிர்பார்க்கலாம். அதுவும் ஒப்பந்ததாரர்கள் மண்ணுக்குள் மூடி வைத்திருக்கும் மோசமான குழாய் இணைப்புகள் எதுவும் உடைத்துக்கொள்ளாமல் இருந்தால்தான். உடைத்துக்கொண்டுவிட்டால் பத்து நாட்களுக்குக் குறைந்து நீரை எதிர்பார்க்கமுடியாது. பஞ்சாயத்து மூலமாகக் கட்டப்பட்ட தண்ணீர்த் தொட்டிகளிலிருந்து பொதுக்குழாய்கள் போடப்பட்டிருக்கின்றன. அவற்றின் மூலமாகத்தான் கிராமங்களே நீர் பெறுகின்றன.

சில மாதங்களாகக் குழாயில் வரும் நீருக்கு ஆற்றுநீர் என்று பெயர் மட்டும்தான். கருங்குழம்பான நீர். சேற்று நாற்றம். சாக்கடைக் கழிவுகள். கொதிக்கும் நீரிலிருந்து நாற்றம் வந்து முகத்தில் அடிக்கும். பிடிக்கா

விட்டாலும் குடித்துத்தான் ஆக வேண்டியிருக்கிறது. கொதிக்க வைக்காமல் குடிக்கும் கிராமத்து மக்கள் பலரும் மருத்துவ மனைக்கு நடந்துகொண்டிருக்கிறார்கள். இப்போது பதினைந்து நாட்களுக்கும் மேலாக அந்தச் சாக்கடை நீரும் வருவதில்லை. மேட்டூர் அணை முழுக்க வறண்டு போய் விட்டது. கோவணம் போல் நீண்டிருக்கும் எங்கள் குறுகிய காவிரி ஆடாமல் அசையாமல் தேங்கி நிற்கிறது. காலத்தை நதி என்பார்கள். இடைவிடாமல் ஓடிக் கொண்டேயிருக்கும் இயல்புடையவை இரண்டும் என்பதால். இனி நதியைச் சொல்ல முடியாது. நதிகளெல்லாம் தேங்கிக் கிடக்கின்றன. மழை பொழிந்து ஆற்றில் நீர் வந்தாலோ கர்நாடகா மன மிரங்கி நீர் விட்டாலோ தான் இனி நீர் விநியோகம் என்று அறிவித்து விட்டார்கள். இப்போது எங்குப் பார்த்தாலும் பின்னால் குடங்கள் தொங் கும் மிதிவண்டிகள். அடிகுழாய்களில் வரும் உப்பு நீருக்கு ஏகக் கிராக்கி. மனிதச் சிந்தனை முழுக்க நீரைப் பற்றியேதான்.

ஆற்றுநீர் குழாய்களில் வந்து ஊர்களை எல்லாம் ஆக்கிர மித்துக் கொள்ளும் முன், அதாவது இந்தப் பத்தாண்டுகளுக்கு முன் மக்கள் என்ன செய்தார்கள்? நீரைத் தேடி மிதிவண்டிப் பயணம் மேற்கொள்ளும் நிலைதான் இருந்ததா? குழாய்களுக்கு முன்னால் குடவரிசைகள் உண்டா அப்போது? எமன் தன் வாகனத்தை லாரியாக மாற்றிக்கொண்டது எப்போது? மக்க ளின் அன்றாடத் தேடல் முழுக்க நீரைப் பற்றியது தானா? உண்மையிலேயே ஆற்றை அறியாதவர்கள் என் மக்கள்.

எங்கள் கிராமங்கள் முழுக்கக் கிணறுகள் நிறைந்திருக்கும். விவசாயமும் அந்தக் கிணற்று நீரையும் மழையையும் நம்பித் தான். ‘கொங்கு நாட்டுக் கிணறுகள்போலப் பெண் மனசு ஆழம்’ என்று திரைப்படப் பாடலாசிரியன் எழுதியதில் பாதி உண்மை. கிணறுகள் அத்தனை ஆழம். ஆனாலும் குடிநீர்த் தட்டுப்பாடு இல்லை. பாறைகளுக்கிடையே இருந்து சுரந்து வரும் ஊற்றுநீர் அன்றாடத் தேவையைத் தாராளமாக நிறைவு செய்தது. இன்றைக்கு அந்தக் கிணறுகள் என்னவாயின? ஒரு உண்மையைச் சொல்வதென்றால், ஆற்று நீருக்கு முன் கடல்நீர் எங்களுக்கு அறிமுகமாகிவிட்டது என்று சொல்லலாம். கிணறு கள் எல்லாம் கடல்நீரைச் சுரக்கத் தொடங்கிவிட்டன. கார ணம், எங்கள் ஊரில் நிலைகொண்டிருக்கும் தோல் சந்தை. சுற்று வட்டாரத்து உயிர்க்கொலைகளின் எண்ணிக்கை வாரந் தோறும் ஆயிரக்கணக்கில் இருப்பதைத் தோல் சந்தை வியா பாரம் நிரூபிக்கும். இந்தத் தோல்கள் கெடாமல் இருப்பதற் காக மூட்டைமூட்டையாக உப்பைப் பயன்படுத்துகிறார்கள். உப்புக் கழிவுகள் அப்படியே விடப்படுகின்றன. மழை பெய் தால் வெள்ளம் உப்பை வாரிச் செல்கிறது. மிகச் சிறிய

சாக்கடை வழியில் தள்ளப்படும் உப்பு ஓடைக்கு வந்து சேருகிறது. அதிலிருந்து நெடுந்தூரம் பயணிக்கிறது. வழியில் பல ஏரிகள், குட்டைகள் என நீர்நிலைகளில் தங்கி வெளி யேறுகிறது. கடைசியாகக் காவிரி ஆற்றில் போய்ச் சேருகிறது. அதன் பயணத் தூரம் இருபதிலிருந்து முப்பது கிலோமீட்டர் வரை இருக்கும். மாபெரும் ஏரிகளும்கூட வழியில் இருக் கின்றன. தோல் உப்புப் போகும் வழியெல்லாம் தன்னை மண்ணில் விதைத்துச் செல்கிறது. மண் தன்மைக்கு எட்டும் தூரம்வரை உப்பை அனுப்பிவைக்கிறது. ஆகவே அனைத்துக் கிணற்றின் நீரும் வாய்வைக்க முடியாத அளவு உப்பாகி விட்டன. நான் சிறுபையனாய் இருந்தபோது (இருபத்தைந்து ஆண்டுகளுக்கு முன்பு) தித்திப்பு நீரைக் கொண்டிருந்த கிணறு கள் அவை. இன்று எல்லாம் உப்பு. கிணற்று நீரை மாடு குடிக்காது; வயலுக்குப் பாய்ச்ச முடியாது. பாய்ச்சினால் நிலமெங்கும் வெண்ணிறப் படிவுகள். மரங்கள், பயிர்கள் கருகிப்போகும். எதற்குமே ஆகாத அந்த நீரை என்ன செய் வது? கை கழுவவும் வாய் கொப்பளிக்கவும் பயன்படுத்து வதுண்டு. அதனால் எங்கள் பகுதியில் ஏராளமான மஞ்சள் பல்லர்கள் உருவானதைத் தவிர, எந்தப் பலனுமில்லை.

இத்தனை தூரத்தை விஷமாக்கக் காரணமான தோல் சந்தையை உருவாக்கிய அரசியல்வாதிகள் இன்று பூண்டற்றுப் போய்விட்டார்கள். ஆனால் அவர்களை நினைவுபடுத்திக் கொண்டு சந்தை படர்ந்து விரிகிறது. சந்தையை உருவாக்கிய அந்தப் பிரகிருதிகள் சில அடிப்படை வசதிகளைச் செய்திருந் தால் என்ன? சந்தை முடிந்ததும் உப்புக் கழிவுகளை அகற்று வதற்கு ஏற்பாடு செய்திருக்கலாம். உப்பு மண்ணில் படிவதைத் தவிர்க்கத் தளம் அமைத்திருக்கலாம். அகலமான பாறைகள் உள்ள இடத்தைச் சந்தைக்கென தேர்வு செய்திருக்கலாம். தோல் வியாபாரிகளிடம் இந்த ஏற்பாடுகளுக்கெனக் குறைந்த பட்சக் கட்டணம் வசூலித்திருக்கலாம். நகர்மன்றத் தலைவர்கள், எம்.எல்.ஏக்கள், எம்.பிக்கள், அமைச்சர்கள் என எத்தனையோ பேர் இங்கிருந்து சென்றிருக்கிறார்கள். இன்றைக்குத் தமிழகத்தில் நிதிப் பொறுப்பைக்கொண்டிருக்கும் அமைச்சர் எங்கள் தொகுதிக்காரர். அவர் ஏற்கனவே பலமுறை அமைச்சர் பொறுப்பை வகித்தவர். மரபுசாரா எரிசக்தித் துறை அமைச் சராக மத்தியில் பொறுப்பு வகிக்கும் எம்.பி. எங்கள் தொகுதிக் காரர். அவர்களுக்கு உப்புநீரைப் பற்றி என்ன கவலை? மேஜையில் மினரல் வாட்டர் பாட்டில்களோடு இருப்பவர்கள்.

கிணறுகளின் கதை இவ்விதம் முடிந்தது. ஆகவே கிராமங் களின் நீராதாரம் சீர்குலைக்கப்பட்டுக் குடிநீருக்காகக் கூட்டுத்

திட்டங்களை எதிர்நோக்க வேண்டியதாயிற்று. சரி. நகரத்தின் கதை என்ன?

எங்கள் நகரம் உலகப் பிரசித்தி பெற்ற கோவில் சார்ந்த ஊர். 'கொத்தலர் தண்பொழில்சூழ் கொடிமாடச் செங்குன்றூர்' எனத் தேவாரப் பாடல் பெற்ற திருத்தலம். கோவில் மைய மாக விளங்கும் ஊரில் எல்லாவிதமான வசதிகளும் இருக்கும். இல்லையேல் உண்டாக்கப்பட்டிருக்கும். இங்கே இயற்கையாக நீர்வளம் அமைய வாய்ப்பில்லை. எனவே செயற்கையாக மூன்று குளங்கள் வெட்டப்பட்டிருந்தன. குட்டை ஒன்று. ஒரு நகரத்திற்கு நான்கு நீர்நிலைகள். இத்தனைக்கும் மிகப்பெரிய ஊரல்ல. தேர் வடமோடும் நான்கு ரதவீதிகளை மையமிட்ட நகரம். இன்று நெடுஞ்சாலைகளில் கொஞ்சதூரம் வளர்ச்சி. அவ்வளவு தான்.

மூன்றில் ஒன்று பெரியகுளம். அம்மன் குளம் என்று பெயர். கிட்டத்தட்ட இருபது ஏக்கர் பரப்பளவு இருக்கும். அத்தனை பெரிய இடத்தில் நீர் தேங்கியிருந்தால் சுற்று வட்டாரமெங்கும் நிலத்தடி நீர்வளம் செழிப்புடன் இருப்பது இயற்கை. நானறிய என்றும் இந்தக் குளம் வற்றியதில்லை. மழைக்காலங்களில் வழியும் நீர் பெருகி ஓடைகள் வழியாகக் காவிரிக்குச் சென்று சேரும். இக்குளம் மக்கள் குளிக்க, துணி துவைக்கப் பயன்படுத்திய குளமாக இருக்க வேண்டும். பின்னர் கொஞ்சம்கொஞ்சமாக மலங்கழிக்கவும் பன்றிகள் வளர்க்கவும் பயன்படுத்தப்பட்டது. நகரின் சாக்கடை நீர் முழுக்கக் குளத்திற்குள் திருப்பிவிடப்பட்து. குளம் அதற் குரிய பயன்பாட்டை இழந்தபின் நகராட்சிக்கு வசதியாகப் போய்விட்டது. ஊரின் மையத்தில் இருபது ஏக்கர் நிலம். இப்போது குளமல்ல; நிலம். எல்லாவற்றையும் சதுரஅடி கொண்டு கணக்கிடும் மனோபாவம் எப்படியோ இன்று புகுந்துவிட்டது. குளம் நிலமாகிப் பெரிய பேருந்து நிறுத்தம், காய்கறிச் சந்தை, உழவர் சந்தை, தேர்த்திடல், வணிக வளாகம் எனப் பலவும் உருவாயின. எங்களுக்கு இதுவரை வாய்த்த 'நகரத் தந்தை'கள் எல்லாம் பணம் பண்ணுவதைத் தவிர வேறேதும் தெரியாத மூடங்கள். நகராட்சியின் வருமானத்தைப் பெருக்க என்று சொல்லிக் குளம் நிரப்பப்பட்டது. இன்று பார்ப்பவர்களுக்கு அங்கே குளம் இருந்த சுவடே தெரியாது. எல்லாம் எந்திரங்களின் மாயம்.

இன்னும் இரண்டு. தெப்பக்குளங்கள். பெரிய தெப்பக் குளம், சின்னத் தெப்பக்குளம் என்பார்கள். பெரிய தெப்பக் குளம் தோல்சந்தைக்கு அருகிலேயே இருப்பதால் உப்புக் கழிவுகள் புகுந்துவிட்டன. அந்தக் குளமும் துணி துவைக்க, குளிக்கப்

பயன்பட்ட குளம். குளத்தின் நடுவே வெட்டப்பட்டிருந்த இரு பெரிய கிணறுகளில் கோடைகாலங்களில் ராட்டினம் போட்டுவிடுவார்கள். இரவு பகலாய் ராட்டினச் சத்தம் கேட்டுக் கொண்டிருக்கும். அந்தக் குளத்தில்தான் பார்ப்பனர்கள் தெவசப் பலி கொடுப்பார்கள். இன்றும் சுவை கெட்டு, நாறிப்போன அந்தக் குளத்து நீரைத் தேடி அவர்கள் வரும் காட்சி அவ்வப் போது கண்ணில் படுகின்றது.

சின்னத் தெப்பக்குளம் ஊருக்கே குடிநீர் வழங்கும் அற்புத ஊற்று. அதனருகே பெரிய தொட்டி கட்டி நீரேற்றிக் குழாய் மூலம் நீர் வழங்கிய காலமுமுண்டு. கணக்கற்ற தண்ணீர் வண்டிகள் (மாடுகளால் இழுக்கப்படுபவை) அங்கே நிற்கும். குடங்களோடு பெண்கள். பணக்கார வீடுகளுக்கும் உணவகங்களுக்கும் கூலிக்குத் தண்ணீர் சுமக்கும் பெண்கள் அவர்கள். ஆயிரக்கணக்கான மக்களுக்குக் குடிநீர் வழங்கிய அந்த உயிர்க்குளத்தில் நகராட்சி வணிக வளாகம் கட்டியது. குளத்தை மூடவில்லை. மூளையற்ற பொறியாளர் கும்பல் திட்டம் கொடுத்துக் குளத்தின் அடியிலிருந்து கான்கிரீட் தூண்கள் எழுப்பப்பட்டன. இரு தளங்களாகக் கட்டிடங்கள். ஒன்று குளத்திற்குள் இறங்குவது போலப் படிகளில் இறங்க வேண்டியப் பாதாளத்தளம். மற்றொன்று மேலே. எந்த விதமான நவீன வசதிகளும் இல்லாத அந்தக் காலத்தில் மனிதனுக்கு இருந்த சிந்தனை இன்று அற்றுப் போய்விட்டதன் காரணம் என்னவோ தெரியவில்லை. குளம் அமைக்கத் தேர்ந் தெடுக்கப்படும் இடம், எல்லாப்புறங்களிலிருந்தும் நீர்வந்து சேர்வதற்கான வடிகால் உடையதாக இருக்கும். மழை பெய்தால் நீர் வந்து சேகரமாகும் இடம் அல்லவா குளம். அந்த உணர்வு கூட இல்லாத மட்டரகப் பொறியாளர்களும் நகராட்சி மண்டுகளும் சேர்ந்து அங்கே கட்டிடம் கட்டினார்கள். இரண்டு ஆண்டுகளாகக் கடும் வறட்சி. ஆண்டுக்கு ஒன்றோ இரண்டோ தான் மழை. அந்த மழை வெள்ளம், வணிக வளாகத்தினுள் புகுந்தது. பாதாளத்தளத்திலிருந்த கடைகளுக்குள் எல்லாம் நீர் புகுந்து ஏராளமான சேதம். லட்சக்கணக்கான ரூபாய் மதிப்புள்ள பொருட்கள் காலியாகின. மறுநாள் நகராட்சித் தலைவர் பெரிய மனிதத் தோரணையோடு பார்வையிட்டார். அவ்வளவுதான். இப்போது குளத்திற்குள் உள்ள கட்டிடங்களில் கடை வைத்திருப்போர் குண்டி கழுவக்கூட அங்கே தண்ணீர் கிடையாது.

குளங்களின் கதைகள் இப்படி. மலையடிவாரத்தில் குட்டை ஒன்று இருந்தது. அதனை ‘மலர்குட்டை’ என்பார்கள். பேச்சில் ‘மலார்குட்டை’ என நீளும். மலையின் மேல் விழும் மழை நீர் ஓடிவந்து சேகரமாகும் குட்டை. அதன் மண் வளமோ

இறைவனின் திருச்செயலோ அந்தக் குட்டையின் நீர் இனிக்கும். அதன் நீர் இளநீர் போலிருக்கும் என்பார்கள். அந்தக் குட்டைக்குள் இன்று கழுதைகள் மேய்கின்றன. ஊர்க் குடியிருப்புகளிலிருந்து விலகிச் சற்றே தூரத்தில் இருக்கும் அந்தக் குட்டையிலிருந்து நீர்கொண்டு வருவது எளிதல்ல. சற்றே கடினம். இருபது ஆண்டுகளுக்கு முன்பே அதன் நீர் குடம் ஒரு ரூபாய் என்றால், சுவை எப்படி இருக்கும் பாருங்கள். அந்தக் குட்டை தூர் வாரப்படவே இல்லை. மழைக்கு மழை மண் சேர்ந்து குவிந்து குட்டை மூடுண்டு போயிற்று. ஏதோ ஒரு மூலையில் பசிய நிறத்தில் கொஞ்சமாகத் தண்ணீர். அதனைக் கையில் அள்ளுவாரும் இல்லை.

இன்னொரு கதையையும் இங்கே சொல்ல வேண்டும். குளங்கள் நிரம்பி வெளியேறிச் சென்றால், கொஞ்ச தூரத்தில் திரும்பச் சேகரமாக ஓர் ஏற்பாடு. அங்கே சின்ன ஏரியொன்று. அதில் தேங்கும் நீரினால் அந்தப் பகுதிக் குடியிருப்புகளுக்குத் தண்ணீர்த் தட்டுபாடு இல்லாமல் போயிற்று. பத்து அடி நிலத்தைத் தோண்டினாலே நீர் வந்துவிடும். அந்த ஏரிக்குக் கழிவுகளை அனுப்பும் விதத்தில் ஒரு கெமிக்கல் கம்பெனி தோன்றிற்று. என்ன விதமான கெமிக்கலோ தெரியவில்லை. நள்ளிரவில் கழிவைத் திறந்துவிடுவார்கள். உடனே ஊரையே நாற்றம் சூழும். சுவாசத்தைத் திணறச் செய்யும் கொடுநாற்றம். பித்தளைப் பாத்திரங்கள், பூட்டுகள் அதன் காற்றுபட்டுக் கருத்தன. நீர் குடித்த மாடுகள் செத்துப்போயின. ஏராளமான பேருக்கு ஆஸ்துமா வந்தது. உடனே மக்கள் விழித்துப் போராட்டம் செய்தார்கள். எம்.எல்.ஏவும் நகரத் தந்தையும் வந்து பார்வையிட்டார்கள். தண்ணீர் தேங்கினால்தானே பிரச்சினை. தேங்கவில்லை என்றால்? என்ன அருமையான யோசனை. ஏரி உடைக்கப்பட்டது. இப்போது தண்ணீர் தேங்குவதில்லை. மக்களுக்குத் தண்ணீரும் கிடைப்பதில்லை.

எங்கள் நீர்நிலைகளின் கதைகள் இவை. எங்களுக்கு ஆறு அறிமுகமான கதையும் இதுதான். ஆற்றின் கதையை இனி எழுத வேண்டியிருக்கும்.

நீரோட்டம் – 1

எனக்குப் பிடித்த மரம் பனை. நல்லதையும் கெட்டதையும் இயல்பாகத் தாங்கி நிற்கும் அதன் தோற்றம் பார்க்கச் சலிக்காதது. கால மாற்றங்களுக்கு ஈடுகொடுத்துத் தன்னை நிலைக்க வைத்துக்கொள்ளும் திடமனம் கொண்டது பனை. சாதாரணமாகக் காணக் கிடைக்கும் பனைகள் எல்லாம் மனிதக் கைபட்டுப் புண்ணாகி வடுக்களால் தம் உடலை நிரப்பிக்கொண் டவை. மனிதக் கைபடாத, இயற்கையான உருவம் கொண்ட ஒரு பனை, நான் முதலில் பணியில் சேர்ந்த அந்தக் கிராமத்துக் கல்லூரியில் இருந்தது. கல்லூரிக் கட்டடம் போக எஞ்சியிருந்த பரந்த நிலப்பரப்பில் ஊசிப் புற்களுக்கிடையே பெரும் தாடியுடன் கால்மடக்கி உட்கார்ந்திருக்கும் சாமியாரைப்போல அந்த மரம் நின்றிருந்தது. அந்தக் கல்லூரியை நான் மனதார நேசிக்க அந்தப் பனையும் ஒரு காரணம்.

மாணவர் சக்தியின்மேல் அபார நம்பிக்கைகொண்ட ஆசிரியன் நான். உற்சாகம் மேலிட்ட மாணவக் கும்பல் ஒன்று, ஒருநாள் வெயில் எரிக்கும் மதியப் பொழுதில் தீக்குச்சி கொளுத்தி அந்தப் பனையின்மேல் எறிந்தது. சில நிமிடங்களில், கார்த்திகை தீபத்துச் சொக்கப்பனை யாய் மரம் பற்றி எரிந்தது. எல்லாவற்றையும் பொறுத்து நின்ற பனை, ஒற்றைத் தீக்குச்சியில் உயிர்விட்டது. வெகு சீக்கிரம் அங்கிருந்து நான் மாற்றல் வாங்கிக்கொண் டேன்.

•

எனது ஊராகிய திருச்செங்கோட்டுக்குப் பெருமை பலவுண்டு. 'திருச்செங்கோடு' என்று என் சிறுகதைத் தொகுப் பொன்றுக்குப் பெயர் சூட்டி மேலும் ஒரு 'பெருமை'யைச் சேர்த்தவன் நான். வீட்டில் மனைவி ஆட்சியா, கணவன் ஆட்சியா என்று அறிந்துகொள்ள 'மதுரையா சிதம்பரமா' என்று கேட்பதுண்டு. அப்படி என்னிடம் கேட்டால் 'திருச் செங்கோடு' என்று தயங்காமல் சொல்லலாம். ஆண்பாதி, பெண்பாதி என மாதொரு பாகனாய் (அர்த்தநாரீஸ்வரர்) சிவன் வீற்றிருக்கும் பாடல் பெற்ற ஸ்தலம். எங்கள் ஊரின் இன்னொரு சிறப்பை அறியும் வாய்ப்பு சமீபத்தில் கிடைத்தது.

காலச்சுவடு, கடவு ஆகியவை இணைந்து மதுரையில் நடத்திய நாவல் கருத்தரங்கில் எழுத்தாளர் 'கறிச்சோறு' சி.எம். முத்துவும் கலந்துகொண்டார். அவரோடு பேச்சுக் கொடுத்தபோது என் ஊரைக் கேட்டார். 'திருச்செங்கோடு' என்றேன். அவர் முகத்தில் அடியார்க்குரிய பரவசம் பெரு கியது. "நான் கம்யூனிஸ்ட்தான். ஆனாலும் கடவுள் நம்பிக்கை எல்லாம் எனக்குண்டு" என்றார். ரொம்பவும் எதார்த்தமான மனிதர் முத்து. திருச்செங்கோட்டில் அவருடைய மைத்துனர் ஒருவர் வேலை பார்த்ததாகவும் அவரைப் பார்க்க அங்கே வந்தபோது மலையேறிக் கோவிலுக்குப் போனதாகவும் சொன்னார். "முதல்முறை கோவிலுக்குப் போய் வேண்டிக் கொண்டு வந்த ஒரு வருசத்திற்குள் ஆம்பளப் பிள்ளை பிறந்தான்" என்றார். அதன் பிறகு இரண்டாம்முறை வந்து வணங்கிச் சென்றார். இரண்டாவது "ஆம்பளப் பிள்ளை". மூன்றாம்முறை வந்து போனார். மூன்றாவது "ஆம்பளப் பிள்ளை." இதைக் கேட்டுக்கொண்டிருந்த நண்பர் ஒருவர், "இடையில் நீங்க ஏதாவது முயற்சி பண்ணினீங்களா" என்று கேட்டார். முத்து உட்பட எல்லோரும் ரசித்துச் சிரித்தோம்.

நாங்கள் காலகாலமாகத் திருச்செங்கோட்டில் வாழ்கி றோம். கோவிலுக்குப் போய்த்தான் வருகிறோம். ஆனால் ஏனோ எங்கள் ஊரில் பொட்டப்பிள்ளைகளும் நிறையவே பிறக்கின்றன. ஆம்பளப் பிள்ளை ராசி வெளியூர்க்காரர்களுக்குத் தான் போலும்.

•

'பீக்கதைகள்' என்னும் தலைப்பிலான என் சிறுகதைத் தொகுப்பு 'அடையாளம்' வெளியீடாக வந்துள்ளது. தொகுப் புக்கு இந்தத் தலைப்புத்தான் வைக்க வேண்டும் என்பதில் என்னைவிடவும் மிகப் பிடிவாதமாக இருந்தவர் நண்பர் யூமா. வாசுகி.

தொகுப்பு வெளியாகி ஐந்தாறு மாதங்களாகிவிட்டன. இந்தத் தலைப்பைப் பார்த்து முகம் சுளிக்கக்கூடியவர்களாகவும் அதிர்ச்சி மதிப்புக்காகத்தான் இப்படி வைக்கப்பட்டிருக்கிறது என்னும் வழக்கமான காரணக் கண்டுபிடிப்பாளர்களாகவும் இந்தத் தலைப்பில் வெளியிடப் பதிப்பகம் எப்படி முன்வந்தது என்று வியப்பவர்களாகவும் எழுத்தாளர்கள் எதிர்வினை ஆற்றும் தகவல்கள் கிடைக்கின்றன. ஆனால் ஒருவரும் இதனை எழுத்தில் பதிவுசெய்யத் தயாரில்லை. எழுத்து மௌனம் என்பது புறக்கணிப்பு உத்தியாகத் தமிழில் தொடர்ந்துகொண்டிருக்கிறது.

எழுத்தாளர்கள் அளவு வாசகர்கள் இறுகிய மனம் கொண்டவர்களாகவோ மதிப்பீட்டுக் காவலர்களாகவோ இருப்பதில்லை. நூலுக்குள்ளிருந்து அவர்கள் கருத்துத் தெரிவிக்கிறார்கள். தலைப்பைவிடவும் கதைகளை அவர்கள் முக்கியப்படுத்துகிறார்கள். இதுநாள்வரை பேச வாய்க்காத தங்கள் அனுபவங்களை வாய்விட்டுப் பேச ஒரு திறப்பு கிடைத்திருப்பதாகவும் கருதுகிறார்கள். நூல் விற்பனை கணிசமாக உள்ளது.

எதைப்பற்றியும் வெளிப்படையாகக் கருத்துச் சொல்லும் 'தமிழினி' வசந்தகுமார் அண்ணாச்சி, இந்தத் தலைப்பைக் கேட்டபோது எதார்த்தமாக ஒரு 'கமென்ட்' அடித்தார். அது எனக்கு அப்போது பயத்தைக் கொடுத்தது. 'இந்தத் தலைப்பப் பாத்தொடன ஒரு வாளி தண்ணி கொண்டுவந்து ஊத்திட்டில்ல கையில தொடுவாங்க' என்றார். தமிழகம் முழுவதும் கோடை மழை கணிசமாகப் பெய்திருப்பதால் ஆளுக்கு ஒரு வாளி தண்ணீர் கூடுதலாகச் செலவழிக்க வாசகர்கள் தயங்க மாட்டார்கள் என்னும் நம்பிக்கை இப்போது வந்திருக் கிறது.

●

'விடுகதை' திரைப்படத்தை இரண்டாம்முறையாகப் பார்த்தேன். படம் வெளியான மூன்றாம் நாள் காலைக் காட்சி பார்த்தது முதல்முறை. திரையரங்கில் வெறும் ஐம்பதே பார்வையாளர்கள். வழக்கமான சூத்திர வகைப்பட்ட படங்களிலிருந்து மீறுவதற்குச் சின்னச் சின்ன முயற்சிகள் செய்தவர் அகத்தியன் என்பது என் அபிப்ராயம். வியாபாரம் என்கிற பூதம் அகத்தியனின் சிறுசிறு முயற்சிகளையும் விழுங்கி ஏப்பம் விட்டுவிட்டது.

இளம்பெண் ஒருத்தியும் நாற்பதுக்கும் மேற்பட்ட ஒருவனும் திருமணம் செய்துகொள்கின்றனர். சூழ்நிலை

சார்ந்து அவனுக்கு ஏற்படும் மனப் பிரச்சினைகள், அதனைத் தெளிவோடு எதிர்கொள்ளும் பெண். இதுதான் படம். தமிழ் இலக்கியம் 'பெருந்திணை' என்று சொல்லும் வகைப்பட்ட விஷயம். நானும் என் மனைவியும் மனமொன்றிப் படம் பார்த்துக்கொண்டிருந்தோம். எங்களுக்கு முன்னால் ஓர் இளைஞர் கூட்டம். படத்தைப் பற்றி ஏகப்பட்ட 'கமெண்ட்' கள். இருவரும் திருமணம் செய்துகொள்ளும்போது இடை வேளை. "என்னடா பாதிப் படத்துலயே கல்யாணம் ஆயிருச்சு. இன்னமே அறுவதான்" என்றான் ஓர் இளைஞன். திருமணத் தோடு சுபம் என்று முடிவதுதானே தமிழ்ப் படங்களின் இயல்பு. படத்தின் இடையில் திருமணம் நடப்பதுகூட ஒரு விதிவிலக்குதான்.

இடைவேளைக்குப் பின்னால் நிம்மதியாகப் படம் பார்த்தோம்.

'காலச்சுவடு' 68, ஆகஸ்ட் 2005

✧ ✧

நீரோட்டம் - 2

பத்திரிகைகள் அறிவிக்கும் இலக்கியப் போட்டி களுக்கு என் படைப்புகள் எவற்றையும் அனுப்புவதில்லை என்பது நான் எழுத ஆரம்பித்த காலத்திலிருந்து பின் பற்றிவந்த முடிவு. அதனைச் சில மாதங்களுக்கு முன் மீற நேர்ந்தது. தினமணி கதிரும் எய்ட்ஸ் கட்டுப்பாட்டு அமைப்பு ஒன்றும் இணைந்து நடத்திய சிறுகதைப் போட்டி பற்றிய அறிவிப்பைக் கண்டபோது அப்போட் டிக்குக் கதை அனுப்பும் எண்ணம் உதித்தது. அவ் வெண்ணம் தோன்றக் காரணங்கள் சில: 1. அப்போதைய என் குடும்பச் சூழலில் பணத்தேவை அதிகமிருந்தது. 2. எய்ட்ஸுக்குப் பெயர் பெற்ற என் மாவட்டமாகிய நாமக்கல்லைப் பிரதிநிதித்துவப்படுத்தவேண்டும் என் னும் உந்துதல் 3. எங்கள் ஊரில் அனைவரும் அறிய முதலில் நடந்த எய்ட்ஸ் சாவு என் வகுப்புத் தோழன் ஒருவனுடையது. அவனைப்பற்றி எழுத வேண்டும் என் னும் நெடுநாள் உணர்வை வெளிப்படுத்த இது சந்தர்ப் பம் எனக் கருதியது.

கதையை அனுப்பினேன். போட்டி முடிவில் என் கதைக்கு ஆறுதல் பரிசு கிடைத்திருந்தது. 4.7.2004 'தினமணி கதிரி'ல் கதை பிரசுரமானது. நான் எழுதி யிருந்த கதையில் 'எய்ட்ஸ்' என்னும் வார்த்தை ஓரிடத் திலும் வராது. ஆனால் பிரசுரமான கதையில் 'எய்ட்ஸ்' பற்றிய பிரச்சாரமாக இரண்டு பத்திகள் யாராலோ எழுதிச் சேர்க்கப்பட்டிருந்தன. 'எச். ஐ. வி.' எய்ட்ஸ் உள்ளோரை வேறுபடுத்தக்கூடாது; சமுதாயம் ஏற்றுக் கொள்ள வேண்டும்' என்றெல்லாம் கதைக்குள் வரு

கிறது. என் கதைக்குள் இத்தகைய பிரச்சாரங்களை எழுதிச் சேர்க்கப் போட்டி நடுவர்களுக்கு அதிகாரம் இருக்கிறதா? போட்டிக்குப் போன என் அறியாத்தனத்தை நொந்து தலையில் அடித்துக்கொண்டேன்.

●

இத்தனை காலம் விடாப்பிடியாகக் கிராமத்தில் வசித்து வந்த நான் இப்போது நகரத்திற்குக் குடிபெயர்ந்திருக்கிறேன். இந்த நகரம் 'குப்பையில்லா நகரம்' எனச் சான்றிதழ் பெற்றது. தினந்தோறும் அதிகாலை மணியடித்துக்கொண்டு குப்பை கேட்டு வீடுவீடாக வரும் வண்டிகளைப் பார்க்க முடிகிறது. வண்டி வண்டியாகக் குப்பைகளைச் சேகரித்துக் கொண்டு போய் எங்கே கொட்டுகிறார்கள்? நகரத்திற்குச் சற்றே தொலைவில் உள்ள கிராமங்களில்தான். நகரத்துச் சாக்கடையும் கிராமங்களை நோக்கிக் கரும்பாம்பு வடிவில் ஓடிக்கொண்டிருக்கிறது. அது கிராமத்து நீர்நிலைகளை நெடுந்தூரம் அசுத்தமாக்கி, உப்பாக மாற்றி ஆற்றுக்குப் போய்க் கலக்கிறது. எல்லோரும் நம்பிக்கொண்டிருக்கிற மாதிரி, கிராமத்தில் சுத்தமான காற்று, சுகாதாரமான சூழல், தண்ணீர் வசதி எவையும் இல்லை. நகரக் கழிவுகள் சேகரமாகும் குப்பைக் குழிகள் இன்றைய கிராமங்கள்.

●

கழிப்பறைகளில் எழுதுவது, வரைவது ஆகிய செயல்களில் ஈடுபடுவோர் எண்ணிக்கை ஏராளம். இச்செயல்களை மனவியல்படி ஏதாவது நோய் என்று வகைப்படுத்துகிறார்களா என்பது எனக்குத் தெரியவில்லை. ஏதோ ஒரு விதத்தில் அடக்கப்பட்ட உணர்வுகளின் வெளிப்பாடாக இது இருக்கலாம். கழிப்பறை வாசகங்களைப் படிக்கும் வியாதி மட்டும் எனக்குண்டு. புகழ்பெற்ற தொடர்கள் பல கழிப்பறையில் பெறும் அர்த்தங்களே வேறு. 'தமிழன் என்று சொல்லடா, தலை நிமிர்ந்து நில்லடா' என்னும் வாசகம் அவ்வாறான ஒன்று. எங்கள் கல்லூரிக் கழிப்பறைச் சுவரில் மாணவன் ஒருவன் முதலில் எழுதியிருந்தான் – 'மனைவி இருக்க மற்றவளை நாடலாமா?' இந்த எய்ட்ஸ் பிரச்சாரத்துக்கு வேறொரு மாணவன் சில நாட்கள் கழித்து அதற்குக்கீழே பதில் கொடுத்திருந்தான் இப்படி: 'மடையா ... மாணவனுக்கு ஏதடா மனைவி?' நம் கலாச்சாரத்தின மறைக்கப்பட்ட பகுதிகள் பலவும் ஒளிரும் இடம் கழிப்பறைச் சுவர்கள்தாம். சேரன் எக்ஸ்பிரஸ் தொடர்வண்டிக் கழிப்பறை ஒன்றில் ஒருமுறை படிக்க நேர்ந்த வாசகம் இது: *I fuck my little sister. Her hairable cunt is very beautiful.*

●

என் மனைவி வால்பாறையில் ஆசிரியராக உள்ளார். மலைப்பகுதியைப் பற்றி ஏதும் அறிந்திராத எனக்குச் சில தகவல்களும் நிகழ்ச்சிகளும் ஆச்சரியம் கொடுத்தன. மலைப் பகுதி முழுவதும் தேயிலைத் தோட்டங்களாக உள்ளன. மலைவனத்தைக் கண்டுபிடிக்க வெகுசிரமப்படவேண்டும். தோட்டங்களும் குடியிருப்புப் பகுதிகளுமாகப் பெரும்பாலான இடங்கள் மாறிவிட்டதால் யானைகளும் சிறுத்தைகளும் தங்களுக்கான சுதந்திரத்தை இழந்துவிட்டன. குடிநீருக்காக, உணவு வேட்டைக்காக அவை மக்கள் வசிப்பிடங்களை நோக்கி வருகின்றன. யானைககு உப்பு மிகவும் பிடிக்கும். அதேபோல் வாழை. வீடுகளில் வளர்க்கும் நாய்கள், கோழி களைப் பிடிக்கச் சிறுத்தைகள் வருகின்றன. கோழி பிடிக்க வீட்டுக்கு வந்த சிறுத்தையை உள்ளே விரட்டிக் கதவை வெளியே பூட்டி விட்டார் பெண்ணொருவர். பின், வனத் துறையினர் வந்து பிடித்துச் சென்றனர்.

தோட்ட வேலைக்காகக் கீழிருந்து மலைக்குச் சென்றவர் களைவிட மலைப்பகுதியிலேயே காலங்காலமாக வசிக்கும் பழங்குடியினர் மலைவனத்தைத் துல்லியமாக அறிந்தவர்கள். வனத்திற்குள் போன ஒருவரை யானை ஒன்று துரத்தி வந்தது. அவரைத் துதிக்கையால் வளைத்துத் தூக்கியும் கொண்டது. கீழேபோட்டுக் காலால் மிதிக்கப் போகிறது. அந்தத் தருணத் தில் அவர் மூளை விழித்துக்கொண்டது. யானை அஞ்சும் விலங்காகிய புலிக் குரலில் அவர் சப்தமிட்டார். உண்மையில் புலிதான் வந்து விட்டது என நினைத்த யானை, அவரை எறிந்துவிட்டு ஓடிப்போனது. சிறு காயங்களுடன் தப்பித்துக் கொண்டார். அவருடைய சமயோசிதம் நினைக்க நினைக்கத் தீராத வியப்பாக என்னுள் இருக்கிறது.

'காலச்சுவடு' 56, ஆகஸ்ட் 2004

✧ ✧